पुणे विद्यापीठाच्या प्रथम वर्ष कला शाखेच्या (F. Y. B. A.) २०१३-१४च्या
सुधारित अभ्यासक्रमानुसार लिहिलेले क्रमिक पुस्तक.
तसेच महाराष्ट्रातील इतर सर्व विद्यापीठांना उपयुक्त.

I0556330

भारतीय अर्थव्यवस्था
समस्या व भवितव्य

Indian Economy : Problems and Prospects

डॉ. सतीश श्रीवास्तव

डायमंड पब्लिकेशन्स

भारतीय अर्थव्यवस्था : समस्या व भवितव्य
डॉ. सतीश श्रीवास्तव

Indian Economy : Problems and Prospects
Dr. Satish Shrivastav

प्रथम आवृत्ती : जून २०१३

ISBN 978-81-8483-525-0

मुखपृष्ठ
शाम भालेकर

प्रकाशक
डायमंड पब्लिकेशन्स
२६४/३ शनिवार पेठ, ३०२ अनुग्रह अपार्टमेंट
ओंकारेश्वर मंदिराजवळ, पुणे-४११ ०३०
☎ ०२०-२४४५२३८७, २४४६६६४२

info@diamondbookspune.com
www.diamondbookspune.com

प्रमुख वितरक
डायमंड बुक डेपो
६६१ नारायण पेठ, अप्पा बळवंत चौक
पुणे-४११ ०३० ☎ ०२०-२४४८०६७७

प्रस्तावना

पुणे विद्यापीठाने प्रथम वर्ष कला शाखेच्या अर्थशास्त्र विषयाचा सुधारित अभ्यासक्रम २०१३ पासून लागू केलेला आहे. भारतीय अर्थव्यवस्था (समस्या व भवितव्य) (Indian Economy : Problems and Prospects) असे या अभ्यासक्रमाचे शीर्षक आहे. भारतीय अर्थव्यवस्थेच्या समस्यांचा विचार व नजीकच्या काळातील घडामोडींचा वेध सुधारित अभ्यासक्रमात घेतलेला आहे. महाराष्ट्राच्या अर्थव्यवस्थेतील काही महत्त्वाच्या बाजूंचा विचारही सदर अभ्यासक्रमात केलेला आहे. अभ्यासक्रमानुसार प्रस्तुत क्रमिक पुस्तकाची रचना केलेली आहे. संकल्पना व समस्यांचे स्वरूप आणि उपाययोजना यांचे सोप्या भाषेत स्पष्टीकरण दिलेले आहे. त्यादृष्टीने या पुस्तकातील माहिती व सांख्यिकीय आकडेवारी अद्ययावत देण्याचा प्रयत्न केलेला आहे. यासाठी विविध संस्था, जागतिक बँक, जागतिक व्यापार संघटना, भारत सरकार व महाराष्ट्र सरकार यांची विविध मंत्रालये आणि विभाग यांच्या संकेतस्थळावरून शक्यतो माहिती दिलेली आहे. संदर्भ साहित्याची सूची पुस्तकाच्या शेवटी दिलेली आहे. त्याचाही वापर अधिक अभ्यासासाठी विद्यार्थ्यांना होऊ शकेल. स्वयंअध्ययनासाठी प्रत्येक प्रकरणाच्या शेवटी काही लघुत्तरी व दीर्घोत्तरी प्रश्न दिलेले आहेत. तसेच या पुस्तकाच्या शेवटी संदर्भग्रंथांची व संकेतस्थळांची माहिती दिलेली आहे. महाराष्ट्रातील अन्य विद्यापीठातील अर्थशास्त्राचा अभ्यास करणाऱ्या विद्यार्थ्यांना आणि स्पर्धा परीक्षेची तयारी करणाऱ्यांनाही हे पुस्तक उपयुक्त ठरू शकते.

हे पुस्तक प्रकाशित करणारे डायमंड पब्लिकेशनचे श्री. दत्तात्रेय पाष्टे व पुस्तक निर्मितीत सहकार्य करणारे त्यांचे सर्व सहकारी यांचा मी आभारी आहे.

- डॉ. सतीश श्रीवास्तव

लेखक-परिचय

नाव : डॉ. सतीश श्रीवास्तव
३ फ्लोरा अपार्टमेंट, टिळकवाडी, शरणपूर रोड, नाशिक-४२२ ००२
भ्रमणध्वनी-९४२२२४५८५९
ई-मेल : satish.shree@gmail.com

शिक्षण : एम.ए., पीएच. डी. (अर्थशास्त्र)

- अर्थशास्त्र विभाग प्रमुख व उपप्राचार्य (निवृत्त) के.टी.एच.एम. कॉलेज, नाशिक.
- संचालक, Management College, मानूर (नाशिक) २००९-१०.
- प्रोफेसर, आय.एम.आर.टी., नाशिक २०१०-२०११
- सध्या समन्वयक पुणे विद्यापीठ नाशिक विभागीय कार्यालय, नाशिक म्हणून कार्यरत.
- ३६ वर्षे पदवी आणि पदव्युत्तर वर्गांना अध्यापन.
- पुणे विद्यापीठाच्या अनेक समित्यांमध्ये अध्यक्ष व सदस्य म्हणून काम.
- पीएच.डी. पदवीचे मार्गदर्शक, ५ भारतीय व २ परदेशी विद्यार्थ्यांना पीएच.डी.
- एम. फिलसाठी अनेकांना मार्गदर्शन.
- व्यवसाय मार्गदर्शन व मुलाखततंत्र यावर अनेक महाविद्यालयात व्याख्याने व कार्यशाळा
- अनेक राष्ट्रीय व आंतरराष्ट्रीय परिषदांमध्ये सहभाग व संशोधन निबंधांचे वाचन व प्रकाशन.
- अर्थशास्त्राच्या ७ पुस्तकांचे सहलेखक.
- इंडियन इकॉनॉमिक असोसिएशन (IEA) च्या कार्यकारणीमध्ये सदस्य म्हणून कार्य.
- महाराष्ट्र चेंबर ऑफ कॉमर्सच्या राज्यस्तरीय सी. डी. देशमुख स्मृती निबंध स्पर्धेत दोन वेळा प्रथम पुरस्कार.

पुणे विद्यापीठ
प्रथम वर्ष कला शाखेचा अर्थशास्त्र विषयाचा सुधारित अभ्यासक्रम
(G1 : भारतीय अर्थव्यवस्था – समस्या व भवितव्य)
(२०१३-१४ पासून लागू)

भाग – १

प्रकरण १ : विकसनशील अर्थव्यवस्था

१.१ विकसित व विकसनशील अर्थव्यवस्था – अर्थ व संकल्पना.

१.२ विकसनशील अर्थव्यवस्था म्हणून भारतीय अर्थव्यवस्थेची वैशिष्ट्ये.

१.३ विकसित देशांची भारतीय अर्थव्यवस्थेची तुलना.
(अ) लोकसंख्या (ब) दरडोई उत्पन्न (क) मानव संसाधन विकास निर्देशांक (ड) कृषी (इ) उद्योग (फ) सेवा क्षेत्र

१.४ भारतातील विकासाचे प्रमुख मुद्दे

प्रकरण २ : लोकसंख्या

२.१ लोकसंख्या संक्रमणाचा सिद्धान्त

२.२ लोकसंख्येचा आकार व वृद्धी

२.३ भारतीय लोकसंख्येची वैशिष्ट्ये

    २.३.१ लिंगभेदानुसार रचना

    २.३.२ ग्रामीण शहरी विभाजन

    २.३.३ वयोमानानुसार रचना

    २.३.४ लोकसंख्येची घनता

    २.३.५ व्यवसायानुसार विभागणी

    २.३.६ लोकसंख्येची गुणवत्ता

२.४ वाढत्या लोकसंख्येची कारणे – उच्च जन्मदर व घटत मृत्युदर

२.५ अतिरिक्त लोकसंख्येच्या समस्या

२.६ लोकसंख्या नियंत्रणासाठी उपाययोजना

२.७ २००५ नंतरचे लोकसंख्या धोरण

प्रकरण ३ : दारिद्रय व बेरोजगारी

३.१ दारिद्रय : अर्थ व संकल्पना

३.२ दारिद्रय रेषा – पुर्नव्याख्येची गरज

प्रकरण ७ : नियोजन

प्रकरण ८ : महाराष्ट्राची अर्थव्यवस्था

८.१ महाराष्ट्राच्या अर्थव्यवस्थेची ठळक वैशिष्ट्ये

अनुक्रम

प्रस्तावना

लेखक-परिचय

अभ्यासक्रम

१ विकसनशील अर्थव्यवस्था
(Developing Economy)

१.१ विकसित व विकसनशील अर्थव्यवस्था : अर्थ व संकल्पना
(Developed and Developing Economy : Meaning and Concept)

जगातील विविध देशांच्या अर्थव्यवस्थांचे विकसित, विकसनशील आणि अविकसित अशा प्रकारे वर्गीकरण केले जाते. संयुक्त राष्ट्र संघटनेच्या मते, ज्या देशाचे दरडोई उत्पन्न अमेरिकेच्या दरडोई उत्पन्नापेक्षा एक चतुर्थांशपेक्षा कमी आहे अशा अर्थव्यवस्थांना अविकसित अर्थव्यवस्था असे म्हटले जाते. अलीकडच्या काळात ज्या राष्ट्रांत विकासाची प्रक्रिया सुरू झालेली आहे अशा अविकसित राष्ट्रांचा अविकसित अर्थव्यवस्था असा उल्लेख न करता 'विकसनशील अर्थव्यवस्था' असा उल्लेख केला जातो.

जागतिक बँकेने दरडोई राष्ट्रीय उत्पन्नाच्या आधारे जगातील देशांच्या अर्थव्यवस्थांचे पुढीलप्रमाणे वर्गीकरण केले आहे.

अ) अल्प उत्पन्न देश = दरडोई उत्पन्न ९३६ डॉलर्स किंवा यापेक्षा कमी

ब) मध्यम उत्पन्न देश = द. डो. उ. ९३६ डॉलर्स ते ११४५५ डॉलर्स

क) उच्च उत्पन्न देश = द. डो. उ. ११४५६ डॉलर्स पेक्षा अधिक. ज्या देशांचे उत्पन्न ११४५६ डॉलर्स किंवा त्यापेक्षा अधिक आहे त्यांना विकसित देश असे म्हटले जाते.

१.२ विकसनशील अर्थव्यवस्था म्हणून भारतीय अर्थव्यवस्थेची मूलभूत वैशिष्ट्ये (Basic Characteristics of Indian Economy as a Developing Economy)

१) कमी दरडोई उत्पन्न : विकसित अर्थव्यवस्थांशी तुलना करता भारतातील दरडोई उत्पन्न कमी आहे. २०१० मध्ये भारताचे दरडोई उत्पन्न १२७० डॉलर्स इतके होते. अमेरिकेचे याच वर्षातील दरडोई उत्पन्न ४७३४० डॉलर्स, जपानचे ४१८५० डॉलर्स, जर्मनीचे ४३,०७० डॉलर्स तर इंग्लंडचे ३८,२०० डॉलर्स होते. कमी दरडोई उत्पन्नाचा परिणाम राहणीमानावर होतो, त्यामुळे अन्य विकसित राष्ट्रांच्या तुलनेने भारताचे राहणीमान निकृष्ट दर्जाचे आहे.

२) कृषीप्रधानता : अविकसित देशांत कृषी क्षेत्राला विशेष महत्त्व असते. कृषी क्षेत्रात मोठ्या प्रमाणावर मनुष्यबळ उपजीविकेसाठी अवलंबून असते. त्याचप्रमाणे स्थूल राष्ट्रीय उत्पादनात कृषी क्षेत्राचा वाटा अधिक असतो. कृषी क्षेत्रावर अवलंबून असणाऱ्या क्रियाशील लोकसंख्येचे (Active Population) प्रमाण २०१० मध्ये अमेरिकेत एकूण लोकसंख्येच्या फक्त ४ टक्के, इंग्लंडमध्ये १ टक्का, जपानमध्ये ५ टक्के तर भारतात ५८ टक्के होते. भारताच्या एकूण राष्ट्रीय उत्पादनात कृषी क्षेत्राचा वाटा १८ टक्के आहे, तर भारताच्या एकूण श्रमशक्तीपैकी ५८ टक्के श्रमशक्ती कृषीक्षेत्रात काम करते.

३) प्रचंड लोकसंख्या : भारताच्या लोकसंख्येत प्रचंड वाढ झालेली आहे. जन्मदरापेक्षा मृत्युदरात सतत होणारी घट, साथीच्या रोगांना बसलेला आळा, वैद्यकीय सोयीतील वाढ इ. मुळे जन्मदरात वाढ व मृत्युदरात घट झालेली आहे. जादा लोकसंख्येमुळे रोजगार, अन्न, वस्त्र, निवारा, जीवनावश्यक वस्तू इ. च्या मागणीत प्रचंड वाढ होते. नैसर्गिक साधनसामग्रीच्या वापरावर मर्यादा येतात. सतत वाढत जाणारी लोकसंख्या असल्यास दरडोई राष्ट्रीय उत्पन्नातही घट होते.

४) बेरोजगारी : २००७-१२ या अकराव्या पंचवार्षिक योजना काळात बेरोजगारीचे प्रमाण ३ कोटी ७० लाख एवढे होते. भारतात अद्यापही कृषीप्रधान अर्थव्यवस्थेचे प्राबल्य असल्यामुळे एकूण लोकसंख्येपैकी ५८% लोक रोजगारासाठी कृषी क्षेत्रावर अवलंबून असतात. कृषी क्षेत्रात वर्षातील काही दिवसच रोजगार उपलब्ध

असल्याने हंगामी बेरोजगारीचे प्रमाण जास्त आहे. तसेच छुप्या बेरोजगारीचे (disguised) प्रमाणही जास्त आहे. ज्या सीमांत शेतमजुराची उत्पादकता शून्य आहे त्यास छुपी बेरोजगारी म्हणतात. म्हणजेच आवश्यकता नसताना कृषीवर अवलंबून राहणाऱ्यांचे प्रमाण अधिक आहे. तसेच सुशिक्षितांची बेरोजगारी शहरी भागात दिसून येते.

५) भांडवल संचयाचा वेग : आर्थिक विकास होण्यासाठी औद्योगिकीकरण आवश्यक असते. औद्योगिकीकरणासाठी भांडवल संचयाची गरज असते. १९९० नंतर भारतात भांडवल संचयाच्या दरात वाढ झालेली आहे. तसेच बचतीचा दरही वाढलेला आहे. २०१० मध्ये भारताचा भांडवल संचय दर ३६.४% होता. औद्योगिकीकरणाचा वेग भविष्यकाळात वाढण्यास यामुळे मदत होऊ शकते.

६) उत्पन्न विषमता : भारताच्या ग्रामीण भागात एकूण संपत्तीच्या १०% भागावर ५१% व्यक्तींची मालकी आहे, तर ४९% संपत्तीवर ९% व्यक्तींची मालकी आहे. याचा अर्थ बहुसंख्य व्यक्तींकडे संपत्तीचा थोडा वाटा तर थोड्या व्यक्तींकडे संपत्तीचा अधिक वाटा आहे. शहरी भागातही ५% संपत्तीवर ५०.७% लोकांचा तर ६६% संपत्तीवर १४.२% लोकांची मालकी आहे. उत्पन्नातील ही विषमता हे भारतीय अर्थव्यवस्थेचे वैशिष्ट्य आहे.

७) मानवी संसाधनाचा निकृष्ट दर्जा : आर्थिक विकास जलद होण्यासाठी मानवी संसाधनाचा विकास आवश्यक असतो. आरोग्याच्या उत्तम सोयी, तसेच शिक्षण, प्रशिक्षण इ. मुळे मानवी संसाधनाचा दर्जा सुधारतो, कारण उत्पादन प्रक्रियेत मानवी कौशल्य व बुद्धिमत्ता यामुळेच उत्पादनात वाढ होते. उत्पादनाचा दर्जा उंचावतो, परंतु युनायटेड नेशन्स डेव्हलपमेंट प्रोग्रॅम (UNDP) ने तयार केलेल्या जगाच्या मानव विकास निर्देशांकात भारताचा क्रमांक १३४ वा आहे. शिक्षणावर (२००२-०४) या वर्षात भारतात एकूण राष्ट्रीय उत्पन्नाच्या ३.३% तर आरोग्यावर १.१% इतका अत्यल्प खर्च झाला.

८) तंत्रज्ञानातील मागासलेपण : भारतातील उत्पादनक्षेत्रातील तंत्रज्ञान मागासलेले व जुने आहे, यामुळे उत्पादनक्षमता कमी होते. उत्पादनखर्चात वाढ होते. तसेच उत्पादनाची स्पर्धाक्षमता कमी होते. तंत्रज्ञान आयात केल्यास बहुमूल्य असे परकीय चलन खर्च करावे लागते. असे आयात केलेले अत्याधुनिक तंत्रज्ञान व यंत्रे सर्वच उत्पादकांना परवडणारे नसते.

९) राहणीमानाचा निकृष्ट दर्जा : भारतातील २८% लोकसंख्या दारिद्र्यरेषेखाली जगते. जागतिक विकास निकषानुसार भारतातील ४६% लहान मुलांचे कुपोषण होते. विकसित देशात ३४०० उष्णांकांचे सेवन दररोज दरडोई घेतले जाते. भारतात १९९९ मध्ये हेच प्रमाण २४९६ इतके होते. निवास, आरोग्य, शिक्षण, इ. बाबत

विकसित राष्ट्रांच्या तुलनेने भारतात उपलब्ध सेवा तोकड्या व निकृष्ट प्रतीच्या आहेत. या सर्वांचा परिणाम राहणीमानाचा दर्जा खालावण्यात होतो.

१०) लोकसंख्याविषयक बदल : भारतातील कर्त्या लोकसंख्येच्या प्रमाणात बदल होत आहे असे २०११ च्या जनगणनेत आढळून आले आहे. कर्ती लोकसंख्या (वय १५ ते ६४ वर्षे) २०२६ पर्यंत ६८.४ टक्क्यांपर्यंत वाढेल असा अंदाज व्यक्त करण्यात येतो. या लोकसंख्येला रोजगार पुरवला गेल्यास भारताच्या राष्ट्रीय उत्पन्नात वाढ होऊन आर्थिक विकास वेगाने होऊ शकतो.

१.३ विकसित देशांशी भारतीय अर्थव्यवस्थेची तुलना
(Comparison of Indian Economy with Developed Countries)

(अ) लोकसंख्या (Population) :

२०१० या वर्षी भारताची लोकसंख्या १२१ कोटी इतकी होती. लोकसंख्येच्या बाबतीत चीननंतर दुसऱ्या क्रमांकाची लोकसंख्या भारताची आहे. तक्ता क्र. १ मध्ये दर्शविल्याप्रमाणे भारताच्या लोकसंख्या वाढीचा वार्षिक सरासरी वेग १९९०-२०१० या वर्षात १.९% इतका होता. विकसित राष्ट्रांशी तुलना करता हा वेग जास्त आहे. भारतात मृत्युदरापेक्षा जन्मदराचा वेग अधिक आहे. विकसित राष्ट्रात जन्मदराचे प्रमाण कमी असते.

तक्ता क्र. १

भारत व विकसित देशांची लोकसंख्या

देश	लोकसंख्या (द.लक्ष) (२०१०)	वार्षिक सरासरी वेग(%) (१९९०-२०१०)
भारत	१२१०	१.९
कॅनडा	३४	१.२
यू. एस. ए.	३०९	१.१
फ्रान्स	६५	०.७
स्वीडन	९	०.५
जपान	१२८	०.२
जर्मनी	८२	०.१
यू. के.	६२	०.४

(**संदर्भ :** *स्टॅटिस्टिकल आउटलाइन ऑफ इंडिया, टाटा प्रेस, २०१३)*

ब) दरडोई उत्पन्न (Per-capita Income) :

दरडोई राष्ट्रीय उत्पन्नाचा निकष आर्थिक विकासाचा निकष मानला जातो. देशातील स्थूल राष्ट्रीय उत्पन्नाला लोकसंख्येने भागले असता दरडोई उत्पन्न मिळते. लोकसंख्या अधिक असल्यास स्वाभाविकच राष्ट्रीय उत्पन्न जास्तीच्या लोकसंख्येवर विभागले जाते व दरडोई उत्पन्न कमी होते. विकसित देशाशी तुलना करता भारताचे दरडोई उत्पन्न कमी आहे. २०१० या वर्षी भारताचे दरडोई राष्ट्रीय उत्पन्न १३४० डॉलर्स इतके होते. त्यामुळे भारताचा मध्यम उत्पन्न किंवा विकसनशील देशांच्या गटात समावेश होतो. भारत आणि विकसित देशांचे दरडोई राष्ट्रीय उत्पन्न तक्ता क्र. २ मध्ये दर्शविलेले आहे.

तक्ता क्र. २
भारत आणि विकसित देशांचे दरडोई राष्ट्रीय उत्पन्न (२०१०)

देश	दरडोई राष्ट्रीय उत्पन्न (यू. एस. डॉलर)
भारत	१३४०
यू. एस. ए.	४७१४०
जपान	४२१५०
जर्मनी	४३३३०
यू. के.	३८५४०
कॅनडा	४१९५०
ऑस्ट्रेलिया	४३७४०
सिंगापूर	४०९२०

(संदर्भ : एस. ओ. आय. २०१३)

क) मानव संसाधन विकास निर्देशांक (Human Development Index) :

संयुक्त राष्ट्र संघाच्या (UNO) युनायटेड नेशन्स डेव्हलपमेंट प्रोग्रॅमच्या अंतर्गत जगातील राष्ट्रांचा मानव संसाधन विकास निर्देशांक तयार केलेला आहे. आयुर्मर्यादा, प्रौढ साक्षरता प्रमाण, शैक्षणिक नोंदणी दर, दरडोई वास्तव राष्ट्रीय उत्पन्न या निकषांच्या आधारे प्रत्येक देशाचा मानव संसाधन विकास निर्देशांक तयार केला आहे. भारताचा मानव विकास निर्देशांकात जगात १३४ वा क्रमांक आहे. विकसित राष्ट्रांशी तुलना करता

मानव संसाधन विकास निर्देशांकात भारताचा क्रमांक अद्यापही खूपच निम्न स्तरावर आहे. तक्ता क्र. ३ मध्ये भारताची अन्य विकसित राष्ट्रांशी मानव संसाधन विकास निर्देशांकातील तुलनात्मक क्रमवारी दिलेली आहे.

तक्ता क्र. ३
भारत आणि विकसित देश : मानव विकास संसाधन निर्देशांक (२०११)

देश	जागतिक क्रमवारी
भारत	१३४
नॉर्वे	१
ऑस्ट्रेलिया	२
नेदरलँड	३
यू. एस. ए.	४
कॅनडा	६
फ्रान्स	२०
जपान	१२
स्वीडन	१०
यू. के.	२८
युनायटेड अरब एमिरेट्स	३०
सिंगापूर	२६

(संदर्भ : यू. एन. ह्युमन डेव्हलपमेंट रिपोर्ट, २०११)

ड) कृषी (Agriculture) :

देशातील स्थूल राष्ट्रीय उत्पादनात कृषी क्षेत्राचा वाटा १९५०-५१ मध्ये ५५% होता. २०११-१२ पर्यंत तो १६.१% इतका होता. उद्योग व सेवा क्षेत्राच्या विस्तारामुळे कृषी क्षेत्राचा राष्ट्रीय उत्पादनातील वाटा घटत आहे. परंतु, भारतात अद्यापही एकूण श्रमशक्तीपैकी ५८% श्रमशक्ती कृषीवर अवलंबून आहे. विकसित देशांशी तुलना करता हे प्रमाण खूपच जास्त आहे. हे तक्ता क्र. ४ वरून स्पष्ट होते.

तक्ता क्र. ४

भारत व विकसित राष्ट्रे : कृषी (२०१०)

देश	कृषीवर अवलंबून लोकसंख्या (%)	स्थूल राष्ट्रीय उत्पादनात वाटा (%)		
		कृषी	उद्योग	सेवा
भारत	५८	१८.९	२६.३	५४.७
यू. के.	१	०.७	२१.६	७७.६
यू. एस. ए.	४	१.०	२०.०	७८.९
जपान	५	१.४	२६.६	७१.९

(**संदर्भ :** *वर्ल्ड डेव्हलपमेंट इंडिकेटर्स (वर्ल्ड बँक), २०११)*

इ) उद्योग (Industry) :

तक्ता क्र. ४ वरून हे आढळून येते की, विकसित राष्ट्रांमध्ये स्थूल राष्ट्रीय उत्पादनात उद्योग क्षेत्राचा हिस्सा कृषी क्षेत्रापेक्षा जास्त असतो. उदा. अमेरिकेत तो २०%, यू. के. त २१.६%, जपानमध्ये २६.६% इतका आहे. अर्थात, या देशांमध्ये अत्याधुनिक तंत्रज्ञान, कुशल मनुष्यबळ, साधनसामग्रीचा जास्तीतजास्त वापर, उत्कृष्ट संशोधन व प्रशिक्षण यामुळे औद्योगिक उत्पादनाचा दर्जा उच्च प्रतीचा असतो. उत्पादनक्षमता जास्त असते, यामुळे उत्पादन खर्चही कमी असतो. स्पर्धात्मकता जास्त असते. अर्थात, २००७-०८ पासून सुरू असलेला जागतिक मंदीचा अनिष्ट परिणाम सर्व विकसित अर्थव्यवस्थांना बसलेला असला. तरी या अर्थव्यवस्था मंदीच्या परिस्थितीतून हळूहळू सावरत आहेत. तुलनेने भारताला जागतिक मंदीची काही प्रमाणात झळ बसली तरी भारताचा स्थूल राष्ट्रीय उत्पादनाचा दर २००८-०९ मध्ये ६.५% तर २०११-१२ मध्ये ६.६% इतका राहिला. विकसित राष्ट्रांच्या तुलनेने हा दर समाधानकारक होता.

फ) सेवाक्षेत्र (Service Sector) :

तक्ता क्र. ४ वरून असे दिसून येते की, विकसित राष्ट्रांच्या स्थूल राष्ट्रीय उत्पन्नात सेवाक्षेत्राचा वाटा सर्वाधिक आहे. उदा. यू. के. ७७.६%, यू. एस. ए. ७८.९%, जपान ७१.९% इ. भारतातही स्थूल राष्ट्रीय उत्पादनात सेवा क्षेत्राचा वाटा सातत्याने वाढत आहे. २०१० मध्ये स्थूल राष्ट्रीय उत्पादनात सेवा क्षेत्राचा वाटा ५४.७% इतका होता. भविष्यकाळातही सेवाक्षेत्राचा विस्तार होत राहील असा अंदाज व्यक्त केला जातो. उद्योग व सेवाक्षेत्राचा सातत्याने विस्तार हे विकसनशील अर्थव्यवस्थेचे महत्त्वाचे लक्षण मानले

जाते. माहिती व तंत्रज्ञान सेवा (I. T. services) बी. पी. ओ., सॉफ्टवेअर, हार्डवेअर, अभियांत्रिकी संशोधन व विकास इ. चा तसेच बँका, विमा, आऊटसोर्सिंग सेवा इ. चा विकास भविष्यकाळात अपेक्षित आहे, त्यामुळे स्थूल राष्ट्रीय उत्पादनात सेवाक्षेत्रांचा वाटा वाढत राहील.

१.४ भारतातील विकासाचे प्रमुख मुद्दे

(Major Issues of Sustainable Development in India) :

भारत हा विकसनशील देश आहे, हे या पूर्वीच्या भागात आपण अभ्यासले आहे. भारताच्या आर्थिक विकासात अनेक विरोधाभास दिसून येतात. भारतात दारिद्र्य व विषमता आहे, परंतु विपुल नैसर्गिक साधन संपत्तीही आहे. कृषी, माहिती व तंत्रज्ञान इ. क्षेत्रांत भारताने भरीव प्रगती केली आहे, परंतु भारतात बेरोजगारीचे प्रमाणही जास्त आहे. सातत्यपूर्ण आणि सर्वांगीण आर्थिक विकास म्हणूनच महत्त्वाचा ठरतो. भारताच्या सातत्यपूर्ण विकासातील काही मुद्यांचा परामर्ष या ठिकाणी आपण घेणार आहोत.

१) दारिद्र्य : भारतात सध्या एकूण लोकसंख्येपैकी २८% लोक दारिद्र्य-रेषेखाली जगतात. स्वातंत्र्योत्तर काळात हे प्रमाण कमी झालेले असले तरी एवढ्या मोठ्या प्रमाणावर अद्यापही दारिद्र्यरेषेखाली लोक जगत आहेत. दारिद्र्याचे प्रमाण जास्त असल्यास बचत व भांडवलसंचय कमी होतो. स्थूल राष्ट्रीय उत्पादनाचा दरही कमी होतो. दारिद्र्यरेषेखाली जगणाऱ्या लोकांच्या दारिद्र्यनिवारण योजनांवर सरकारला मोठ्या प्रमाणात खर्च करावा लागतो. 'कल्याणकारी राज्य' ही संकल्पना भारताने स्वीकारलेली आहे. दारिद्र्यनिर्मूलन करण्यासाठी सरकारने खर्च करणे अनिवार्य आहे; पण त्यामुळे सातत्यपूर्ण आर्थिक विकासात अडथळे निर्माण होऊ शकतात. दारिद्र्याची समस्या जोपर्यंत दूर होत नाही तोपर्यंत खऱ्या अर्थाने विकास झाला असे म्हणता येत नाही.

२) उत्पन्न विषमता : भारतात उत्पादन आणि उत्पन्न साधनांची वाटणी विषम झालेली आहे. भारताच्या ग्रामीण व शहरी अशा दोन्ही भागांत काही थोड्या व्यक्तींच्या हाती संपत्तीचे केंद्रीकरण झाले आहे, यामुळे श्रीमंत व्यक्ती अधिक श्रीमंत तर गरीब व्यक्ती अधिक गरीब अशी तफावत दिसून येते. यासाठी पुरोगामी करपद्धती (उत्पन्नात जसजशी वाढ होईल त्याप्रमाणे करांच्या प्रमाणात वाढ होणे), उत्पन्न साधनांचे न्याय्य वाटप, वंचित व आर्थिक दृष्ट्या दुर्बल घटकांना रोजगाराच्या अधिक सोयी व सवलती, सामाजिक सुरक्षितता इ. ची आवश्यकता आहे. उत्पन्न विषमता कमी करणे हा सातत्यपूर्ण विकासातील

महत्त्वाचा मुद्दा आहे.

३) कृषी क्षेत्रातील अनिश्चितता : भारतात अद्यापही ५८% लोकसंख्या उपजीविकेसाठी प्रत्यक्ष व अप्रत्यक्षरीत्या कृषी क्षेत्रावर अवलंबून आहे, परंतु अद्यापही भारतातील शेती हा पावसावरील जुगार मानला जातो. मान्सूनची अनिश्चितता तसेच पावसाचे कमी-जास्त प्रमाण यामुळे शेती उत्पादनात चढ-उतार होतात. कृषी क्षेत्रावर अवलंबून राहणाऱ्यांच्या उत्पन्नात त्यामुळे बदल होतात. कृषी क्षेत्रावर अनेक उद्योग अवलंबून असतात. उदा. साखर उद्योग, कापड उद्योग, ज्यूट उद्योग, तेल व अन्न आणि फळे प्रक्रिया उद्योग इ. कृषी क्षेत्रातील उत्पादन कमी झाल्यास या उद्योगांवरही त्याचा अनिष्ट परिणाम होतो.

४) लोकसंख्या : वेगाने वाढणारी लोकसंख्या ही सातत्यपूर्ण आर्थिक विकासातील समस्या आहे. २००० ते २००५ या काळातील लोकसंख्या वाढीचा वार्षिक सरासरी दर हा १.५% इतका होता. वाढणाऱ्या लोकसंख्येमुळे आर्थिक विकासात अडथळे निर्माण होतात. उत्पादनाच्या नैसर्गिक साधनांत वाढ होत नाही. परंतु, लोकसंख्या वाढीमुळे दरडोई अधिक उत्पादन करणे भाग पडते, त्यामुळे लोकसंख्येचे नियंत्रण व आर्थिक विकास यांचा निकटचा संबंध आहे.

५) बेरोजगारी : बेरोजगारी दूर करण्यासाठी बेरोजगारांना काम उपलब्ध करून देणे हा आर्थिक विकासातील महत्त्वपूर्ण मुद्दा आहे. भारतातील बेरोजगारी दर हा १९९३-९४ ते २००४-०५ या काळात ८.२८% इतका होता. आर्थिक विकासाचा प्रमुख निकष दरडोई राष्ट्रीय उत्पन्न हा मानला जातो. बेरोजगारीचा संबंध हा उत्पन्नाशी आहे, त्यामुळे बेरोजगारी दूर करणे हा आर्थिक विकासातील महत्त्वाचा मुद्दा मानला जातो.

स्वाध्याय

लघुत्तरी प्रश्न

१) विकसित व विकसनशील अर्थव्यवस्थेची संकल्पना स्पष्ट करा.

२) विकसित देश व भारतीय अर्थव्यवस्था यांच्यात लोकसंख्येच्या बाबतीत तुलना करा.

३) भारतातील दरडोई उत्पन्न आणि विकसित देशातील दरडोई उत्पन्न यातील फरक स्पष्ट करा.

४) भारत व विकसित देशांचा मानव विकास संसाधन निर्देशांक याविषयी थोडक्यात स्पष्टीकरण द्या.

५) दारिद्र्य व आर्थिक विकास यातील संबंध स्पष्ट करा.

६) भारत व विकसित देशातील स्थूल राष्ट्रीय उत्पादनात कृषी क्षेत्राचा वाटा या विषयी थोडक्यात स्पष्टीकरण द्या.

दीर्घोत्तरी प्रश्न

१) भारतीय अर्थव्यवस्थेच्या विविध वैशिष्ट्यांचे विवेचन करा.

२) सातत्यपूर्ण आर्थिक विकासातील प्रमुख मुद्दे स्पष्ट करा.

२ | लोकसंख्या
(Population)

२.१   लोकसंख्या संक्रमणाचा सिद्धान्त (Theory of Demographic Transition) :

लोकसंख्या संक्रमणाचा सिद्धान्त हा युरोपातील अनेक देशांच्या लोकसंख्या बदलाच्या अभ्यासावर आधारलेला असा सिद्धान्त आहे. हा सिद्धान्त बदलत्या परिस्थितीशी जुळणारा व वस्तुस्थिती निदर्शक मानला जातो. लोकसंख्यावाढ अनेक टप्प्यांमधून होते. लोकसंख्येचा प्रत्येक टप्पा हा वैशिष्ट्यपूर्ण असतो. एखादा देश एका

विशिष्ट टप्प्यातून जात असेल तर अन्य देशांनी तो टप्पा अथवा अवस्था (Stage) ओलांडून दुसऱ्या किंवा तिसऱ्या टप्प्यात प्रवेश केलेला असेल. १९०९ मध्ये लँड्री (Landry) व १९२९ मध्ये वॉरन थॉम्प्सन यांनी लोकसंख्या संक्रमणासंबंधी सैद्धान्तिक विवेचन प्रथमत: केले. १९४५ मध्ये फ्रँक नोटेस्टिन (Frank Notestein) यांनी लोकसंख्या संक्रमणाचे प्रजननातील बदलाच्या संदर्भात विवेचन केले. जन्म अथवा मृत्युदर या संदर्भात लोकसंख्या संक्रमणाचे हे विवेचन प्रथमत: नोटेस्टिन यांनी केल्यामुळे लोकसंख्या संक्रमण सिद्धान्ताचे जनकत्व खऱ्या अर्थाने त्यांच्याकडे जाते. १९४७ मध्ये सी.पी.ब्लँकर यांनी लोकसंख्या संक्रमणाचे पाच टप्पे अथवा अवस्था विशद केल्या.

(अ) नोटेस्टिन यांचा दृष्टिकोन : नोटेस्टिन यांनी असे नमूद केले की लोकसंख्यावाढीचे प्रमुख कारण म्हणजे मृत्युदरात झालेली घट होय. आधुनिकीकरण, जीवनमानाचा उच्च स्तर, वैद्यकीय सोयी व ज्ञान यातील वाढ, आरोग्य सोयींत वाढ, उत्पन्नवाढ इ. मुळे मृत्युदरात घट झालेली आहे. जन्मदरातही ह्याच कारणाने घट झालेली आहे.

१९३० पर्यंत आधुनिक युरोपीय देशांत जन्मदरात घट झाली. संतती नियमनाची साधने वापरून मर्यादित कुटुंब ठेवण्याच्या आधुनिक विचारपद्धती व नागरिकीकरणामुळे बहुतेक युरोपीय राष्ट्रांत जन्मदर कमी झाला. नोटेस्टिनच्या मते, लोकसंख्येचे संक्रमण पुढील तीन टप्प्यांतून होते.

(१) जन्मदरात जास्त वाढ, परंतु मृत्युदर कमी यामुळे लोकसंख्येत जलद वाढ होते.

(२) जन्मदर व मृत्युदर या दोहोत घट होते, परंतु या टप्प्यात मृत्युदरात जन्मदरापेक्षा अधिक घट झाल्याने लोकसंख्येत हळू परंतु स्थिर गतीने वाढ होते.

(३) तिसऱ्या टप्प्यात जन्मदर व मृत्युदर दोन्ही समप्रमाणात घटतात, त्यामुळे लोकसंख्येचे प्रमाण स्थिर राहते.

नोटेस्टिनच्या मते, लोकसंख्या संक्रमणाच्या वरील तीन अवस्था आहेत. पहिली संक्रमणपूर्व अवस्था, दुसरी संक्रमण अवस्था तर तिसरी संक्रमणोत्तर अवस्था होय. लोकसंख्या या अवस्थेत असताना राहणीमानाचा स्तर उंचावतो. लोकसंख्येचा दर्जा व गुणवत्ता यात वाढ होते. उत्पादनसाधनांचा पर्याप्त वापर या काळात होतो. लोकसंख्येची संक्रमणोत्तर अवस्था जलदगती आर्थिक विकासास पोषक असते.

(ब) सी. पी. ब्लॅकर यांचा दृष्टिकोन : सी. पी. ब्लॅकर यांच्या मते, लोकसंख्येचे संक्रमण पुढील पाच अवस्थांतून होते.

(१) पहिल्या अवस्थेत जन्मदर व मृत्युदर दोन्ही जास्त असतात. अर्थव्यवस्था ही अप्रगत व मागासलेली असते. या टप्प्यात लोकसंख्यावाढीचा वेग कमी असतो.

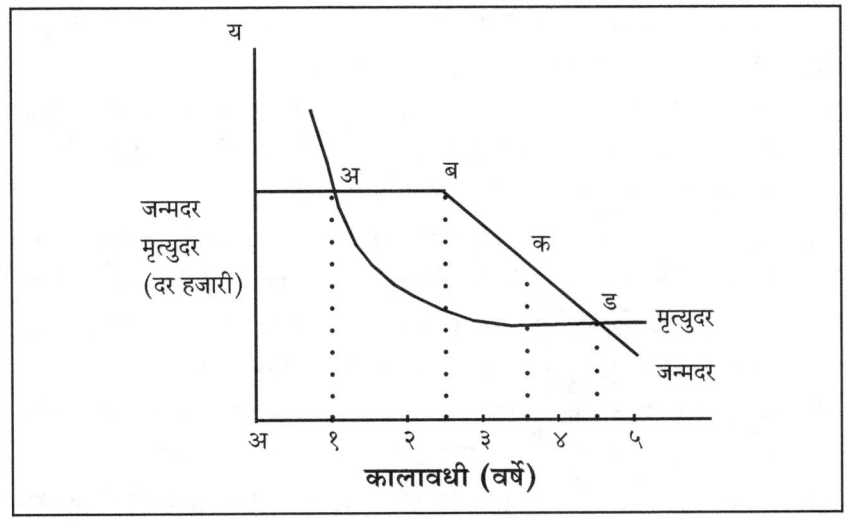

आकृती क्र. २.१

एकूण लोकसंख्येत घटही होऊ शकते. १९११ ते १९२१ या काळात भारत या टप्प्यातून जात होता.

(२) लोकसंख्या संक्रमणाच्या दुसऱ्या अवस्थेत वैद्यकीय सोयींतील वाढ, साथीचे व इतर रोगांचे नियंत्रण झाल्यामुळे मृत्युदरात घट होते. परंतु, जन्मदरात मात्र घट होत नाही, त्यामुळे या काळात लोकसंख्या आत्यंतिक गतीने वाढते. लोकसंख्यावाढीस स्थिर जन्मदर आणि घटता मृत्युदर या दोहोंचे पाठबळ मिळते.

(३) कालांतराने जन्मदरात घट होते. आर्थिक क्षमतेत वाढ होते व संतती नियमन करून कुटुंबाचा आकार मर्यादित ठेवण्याकडे लोकांचा मानसिक कल वळतो. १९३० च्या सुमारास जगातील एकूण लोकसंख्येच्या २०% लोकसंख्या या अवस्थेतून जात होती. सध्या भारतातील लोकसंख्या या अवस्थेत आहे.

(४) ह्या अवस्थेत लोकसंख्या वाढत नाही. पहिल्या टप्प्याप्रमाणेच लोकसंख्या संक्रमणाचा हा टप्पा असतो, परंतु या काळापर्यंत लोकसंख्येचे आकारमान वाढलेले असते. १९३० पर्यंत युरोपातील अनेक देशांची लोकसंख्या या अवस्थेत होती.

(५) लोकसंख्या संक्रमणाच्या पाचव्या टप्प्यात जन्मदरापेक्षा मृत्युदराचे प्रमाण जास्त असते, यामुळे लोकसंख्येच्या प्रमाणात घट होते. विकसित देशात मृत्युदर कमी असतो, परंतु जन्मदर त्यापेक्षाही कमी असतो. फ्रान्स सध्या या टप्प्यातून जात आहे. ब्लॅकर यांनी दिलेल्या लोकसंख्या संक्रमणाच्या निरनिराळ्या अवस्थांची आकृती -

या आकृतीत अ, ब, क आणि ड या बिंदूतून जाणारी रेषा जन्मदर सुचवते. आरंभस्थानाशी बहिर्वक्र असलेली रेषा मृत्युदर सुचविते.

(अ) अ या बिंदूच्या आधी ('अ' च्या डाव्या बाजूस) मृत्युदराचे प्रमाण जन्मदरापेक्षा अधिक आहे. मृत्युदर झपाट्याने घटत असल्याने ही अवस्था लोकसंख्येतील घट सुचविणारी आहे.

(ब) अ या बिंदूत जन्मदर व मृत्युदर समान पातळीवर असल्यामुळे लोकसंख्या ह्या ठिकाणी स्थिर राहील, आणि ब च्या दरम्यान जन्मदर संख्या ह्या ठिकाणी स्थिर राहील. अ आणि ब च्या दरम्यान जन्मदर उच्च स्तरावर स्थिर व मृत्युदर अत्यंत गतीने घटत आहे, त्यामुळे लोकसंख्या प्रस्फोटक पातळीपर्यंत वाढेल.

(क) ब आणि क या कालावधीत मृत्युदरात वेगाने तर जन्मदरात कमी वेगाने घट होत आहे, त्यामुळे या अवस्थेत देखील लोकसंख्येत वाढ होत राहील.

(ड) क आणि ड या बिंदूत मृत्युदरात जन्मदरापेक्षा वेगाने घट होते, परिणामी लोकसंख्या वृद्धीदर सौम्य होईल.

(इ) ड या अवस्थेत जन्म व मृत्युदर दोन्ही कमी आहेत व परस्परांबरोबर आहेत. या कालबिंदूस लोकसंख्या वृद्धी दर शून्यावर येईल. त्यानंतर मृत्युदर जन्मदरापेक्षा अधिक असल्याने लोकसंख्येत घट होईल.

(क) कार्ल सॅक्स (Karl Sax) यांचा दृष्टिकोन : कार्ल सॅक्स यांनी लोकसंख्या संक्रमणाच्या चार अवस्थांचे विश्लेषण केले आहे. त्यांच्या मते, लोकसंख्यावाढीच्या अवस्था पुढीलप्रमाणे : (१) उच्च पातळीची स्थिर लोकसंख्या (२) प्रस्फोटक वाढीची पहिली अवस्था (३) प्रस्फोटक वाढीची दुसरी अवस्था (४) निम्नतम पातळीवरील स्थिर लोकसंख्या

आकृतीच्या साहाय्याने ह्या अवस्था पुढीलप्रमाणे दर्शविता येतात.

कार्ल सॅक्स यांनी दिलेल्या लोकसंख्यावाढीच्या अवस्था

पहिल्या अवस्थेत जन्मदर व मृत्युदर दोन्ही जास्त असल्यामुळे लोकसंख्या उच्च पातळीवर स्थिर राहते. दुसऱ्या अवस्थेत फक्त मृत्युदरात घट होते. जन्मदर मात्र कमी होत नाही, त्यामुळे लोकसंख्येत प्रचंड वेगाने वाढ होते. तिसऱ्या अवस्थेत जन्मदर घटण्यास सुरुवात झालेली असते. मृत्युदर मात्र किमान पातळीवर स्थिर आहे. या अवस्थेत लोकसंख्या वृद्धीदर घटू लागतो. चौथ्या अवस्थेत जन्मदर व मृत्युदर दोन्ही किमान पातळीवर स्थिर झालेले आहेत. यातील दुसरी व तिसरी अवस्था लोकसंख्येचा प्रस्फोट दर्शविते. प्रस्फोटाचा पूर्वार्ध अधिक चिंताजनक असतो. उत्तरार्धात जन्मदर क्रमश: घटत मृत्युदराच्या किमान पातळीपर्यंत जातो.

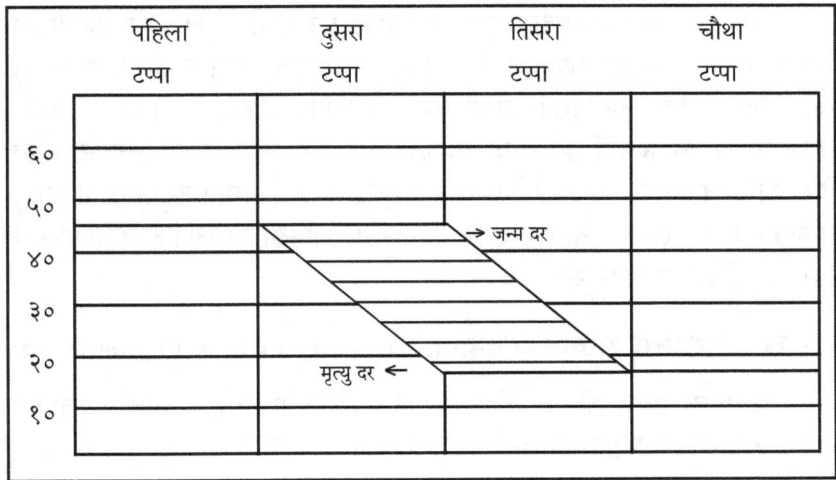

पहिला टप्पा	दुसरा टप्पा	तिसरा टप्पा	चौथा टप्पा

आकृती क्र. २.२

लोकसंख्या संक्रमण सिद्धान्तावरील टीका-

(१) या सिद्धान्तावर अशी टीका केली जाते की, व्यवहारात या सिद्धान्ताचा फारसा उपयोग नाही. लोकसंख्येतील भविष्यकालीन बदलासंबंधी निष्कर्ष काढण्यास हा सिद्धान्त फारसा उपयोगी पडणारा नाही.

(२) युरोपातील देशांच्या अनुभवावर हा सिद्धान्त आधारलेला असला तरी अनेक युरोपीयन देशांतील लोकसंख्येतील बदल हे निरनिराळ्या स्वरूपाचे दिसून येतात. उदा. स्पेनसारख्या देशात मृत्युदरात घट होत असताना जन्मदराचे प्रमाणही घटत असल्याचे दिसून आले आहे.

(३) जन्मदरात घट का घडून येते याबाबतचे स्पष्टीकरण देण्यास ह्या सिद्धान्ताला अपयश आले आहे.

(४) अविकसित राष्ट्रांना हा सिद्धान्त कितपत लागू पडेल, याबाबत या सिद्धान्ताचे टीकाकार साशंक आहेत. अनेक अविकसित राष्ट्रांत मृत्युदरात घट झाल्याने लोकसंख्येत वाढ झाली आहे.

(५) आर्थिक विकासामुळे जन्मदरात घट होते असे हा सिद्धान्त सुचवीत असला तरी अनेक अविकसित राष्ट्रांसाठी आर्थिक विकासानंतर जन्मदर घटण्याची प्रक्रिया सुरू करण्याऐवजी आर्थिक विकास साध्य करण्यासाठीच जन्मदर कमी करण्याची पूर्व अट ठरू लागली आहे.

वरीलप्रमाणे या सिद्धान्तावर टीका करण्यात येत असली तरी लोकसंख्यावाढीच्या विविध अवस्था समजून घेण्यासाठी हा सिद्धान्त उपयुक्त ठरणारा आहे. विशेषत: विकसनशील राष्ट्रांत लोकसंख्या प्रस्फोटाचा प्रश्न निर्माण झालेला असल्याने आर्थिक विकासासाठी जन्मदर कमी करण्याची आवश्यकताच एक प्रकारे या सिद्धान्तातून सूचित होते. काही विकसित देशांच्या ऐतिहासिक अनुभवांवर हा सिद्धान्त आधारलेला आहे. विकसित देशांचा लोकसंख्यावृद्धी दर विकसनशील देशांपेक्षा कमी का आहे या प्रश्नाचे उत्तर याच सिद्धान्तातून मिळते.

२.२ लोकसंख्येचा आकार व वृद्धी (Size and Growth of Population) :

जगातील एकूण लोकसंख्येपैकी १७% लोकसंख्या भारतात आहे. भारताच्या लोकसंख्या वाढीची प्रामुख्याने चार टप्प्यांत विभागणी करता येते.

१)	१८९१-१९२१	लोकसंख्या वाढीत बदल नसलेला काळ
२)	१९२१-१९५१	लोकसंख्येत सातत्यपूर्ण वाढ
३)	१९५१-१९८१	लोकसंख्येत वेगाने वाढ
४)	१९८१-२०११	लोकसंख्येच्या आकारात वाढ परंतु वृद्धीदरात घट दर्शविणारा काळ

लोकसंख्येच्या वार्षिक वाढीचा दर काय आहे यावरून लोकसंख्येतील स्थैर्य, घट किंवा वाढ समजते.

तक्ता क्र. १
भारतातील लोकसंख्या वाढीचा आकार व वृद्धी

जनगणना वर्ष	लोकसंख्या (द.ल.)
१८९१	२३६
१९०१	२३६
१९११	२५२
१९२१	२५१
१९३१	२७९
१९४१	३१९

जनगणना वर्ष	लोकसंख्या (द.ल.)
१९५१	३६१
१९६१	४३९
१९७१	५४८
१९८१	६८३
१९९१	८४६
२००१	१०२९
२०११	१२१०

(संदर्भ : सेन्सस ऑफ इंडिया, भारत सरकार)

तक्ता क्र. १ वरून असे दिसून येते की १९८१-२०११ या काळात लोकसंख्येच्या आकारात वाढ झाली आहे. अर्थात लोकसंख्यावाढीचा वार्षिक सरासरी वृद्धी दर पाहिल्यास (तक्ता क्र. २) असे आढळून येते की वृद्धीदरात घट होत आहे.

तक्ता क्र. २
लोकसंख्येचा सरासरी वार्षिक वृद्धीदर

वर्ष	वार्षिक वृद्धीदर (%)
१९५१-१९८१	२.१५
१९८१-१९९१	२.११
१९९१-२००१	१.९
२००१-२०११	१.६४

(संदर्भ : पूर्वोक्त)

२.३ भारतातील लोकसंख्येची वैशिष्ट्ये व वाढत्या लोकसंख्येची कारणे (Features of Indian Population)

२.३.१ लोकसंख्येची लिंगभेदानुसार रचना (Sex Composition)

भारतातील लोकसंख्येत स्त्री-पुरुष यांचे प्रमाण विषम आहे. दर हजार पुरुषांमागे स्त्रियांचे प्रमाण कमी दिसून येते. १९०१ पासून २०११ पर्यंत जेवढ्या दशवार्षिक जनगणना

झाल्या त्यात पुरुषांपेक्षा स्त्रियांचे प्रमाण कमी दिसून आले आहे. भारतातील राज्यांपैकी केरळमध्ये मात्र हे प्रमाण स्त्रियांच्या बाबतीत अधिक दिसून येते. म्हणजे २०११ मध्ये केरळमध्ये दर हजार पुरुषांमागे स्त्रियांचे प्रमाण १०८४ होते. त्या खालोखाल तमिळनाडू (९९५), आंध्रप्रदेश (९९२), ओडिशा (९७८), हिमाचल प्रदेश (९७४) असे स्त्रियांचे दरहजारी प्रमाण आहे. २०११ मध्ये हेच प्रमाण महाराष्ट्रात ९२५ इतके म्हणजे भारताच्या सर्व राज्यांच्या सरासरी दरापेक्षा (९४०) हे प्रमाण कमी होते. स्त्रियांना दुय्यम स्थान देणे, त्यांच्या आरोग्याकडे दुर्लक्ष करणे, दारिद्र्य यामुळे हे प्रमाण अनेक राज्यांत कमी आहे. तक्ता क्र. ३ मध्ये भारतातील लिंगभेदानुसार रचनेची सांख्यिकीय माहिती दिलेली आहे.

तक्ता क्र. ३
लोकसंख्येची लिंगभेदानुसार रचना

वर्ष	दर हजार पुरुषांमागे स्त्रियांचे प्रमाण
१९०१	९७२
१९११	९६४
१९२१	९५५
१९३१	९५०
१९४१	९४५
१९५१	९४६
१९६१	९४१
१९७१	९३०
१९८१	९३४
१९९१	९२७
२००१	९३३
२०११	९४०

(संदर्भ : सेन्सस ऑफ इंडिया)

२.३.२ लोकसंख्येचे ग्रामीण व शहरी विभाजन (Rural Urban Distribution)

तक्ता क्र. ४
लोकसंख्येची ग्रामीण व शहरी विभागणी (%)

वर्ष	ग्रामीण	शहरी
१९०१	८९.०	११.०
१९११	८९.६	१०.४
१९२१	८८.७	११.३
१९३१	८७.८	१२.२
१९४१	८५.९	१४.१
१९५१	८२.७	१७.३
१९६१	८२.०	१८.०
१९७१	८०.१	१९.९
१९८१	७६.७	२३.३
१९९१	७४.३	२५.७
२००१	७२.२	२७.८
२०११	६८.८	३१.२

(संदर्भ : *सेन्सस ऑफ इंडिया*)

तक्ता क्र. ४ वरून असे दिसून येते, की भारतात शहरी भागातील लोकसंख्येच्या प्रमाणात वाढ होत आहे. ग्रामीण भागातून शहरी भागात स्थलांतर होत असल्यामुळे शहरी भागातील लोकसंख्येच्या प्रमाणात वाढ दिसून येते. २०११ मध्ये शहरी भागात ३१.२% तर ग्रामीण भागात ६८.८% या प्रकारे लोकसंख्येची विभागणी झालेली होती. ग्रामीण भागात कृषी क्षेत्रातील हंगामी बेरोजगारी व छुपी बेरोजगारी तसेच ग्रामोद्योगांचा ऱ्हास यामुळे रोजगार व उपजीविकेच्या संधी कमी प्रमाणात उपलब्ध होतात. अर्थात, अद्यापही सुमारे ६९% लोक ग्रामीण भागात राहतात. अर्थात शहरीकरणाची प्रक्रिया देशभर दिसून येते.

२.३.३ लोकसंख्येची वयोमानानुसार रचना (Age Composition) :

लोकसंख्येची वयानुसार रचना कशा प्रकारची आहे यावरून देशातील श्रमशक्तीची कल्पना येते. क्रियाशील वय १५ ते ६० वर्षे मानले जाते. राष्ट्रीय उत्पन्न व उत्पादनामध्ये भर घालण्याचे काम या क्रियाशील श्रमशक्तीकडून केले जाते. तक्ता क्र. ५ वरून भारतातील वयोमानानुसार लोकसंख्येची रचना कशी आहे हे समजते.

तक्ता क्र. ५
लोकसंख्येची वयोमानानुसार विभागणी (%)

वर्ष	०-१४ वर्षे	१५ ते ६० वर्षे	६० व त्यापेक्षा अधिक
१९६१	४१.०	५३.३	५.७
१९७१	४१.४	५३.४	५.२
१९८१	३९.७	५४.१	६.२
१९९१	३६.५	५७.१	६.४
२००१	३५.६	५८.२	६.३

(संदर्भ : *पूर्वोक्त*)

२००१ मध्ये ० ते १४ या वयोगटात ३५.६% एवढी लोकसंख्या होती. जन्मदर अधिक असल्याने या वयोगटातील लोकसंख्येचे प्रमाण अधिक आहे. अर्थात १५ ते ६० या वयोगटातील प्रमाण एकूण लोकसंख्येच्या ५८% इतके आहे. भारतात १५ ते ४५ या वयोगटातील तरुणांचे प्रमाण २००१ मध्ये ३५% इतके आहे.

२.३.४. लोकसंख्येची घनता (Density of Population) :

एक चौरस किलोमीटर क्षेत्रात सरासरी किती व्यक्ती राहतात हे सांगणे म्हणजे लोकसंख्येची घनता होय. तक्ता क्र. ६ वरून भारताच्या प्रमुख राज्यातील लोकसंख्येची घनता किती आहे हे दिसून येते. दिल्ली, चंदीगड, बिहार, प. बंगाल या राज्यांत लोकसंख्येची घनता दाट आहे. तर छत्तीसगढ, जम्मू व काश्मीर, हिमाचल प्रदेश इ. राज्यांत लोकसंख्येची घनता विरळ आहे. औद्योगिकीकरण, आर्थिक विकास, रोजगार संधी इ. मुळे काही राज्यांत स्थलांतर होते, त्यामुळे लोकसंख्येची घनता वाढते.

तक्ता क्र. ६

भारतातील लोकसंख्येची घनता (दर चौ. कि. मी.)

राज्य	लोकसंख्येची घनता
दिल्ली	११२९७
चंदीगड	९२५२
बिहार	११०२
प. बंगाल	१०२९
केरळ	८५९
उत्तर प्रदेश	८२८
हरियाणा	५७३
तमिळनाडू	५५५
पंजाब	५५०
झारखंड	४१४
आसाम	३९७
आंध्र प्रदेश	३९७
महाराष्ट्र	३६५
कर्नाटक	३१९
भारत	३८२

(संदर्भ : *सेन्सस ऑफ इंडिया*)

२.३.५ लोकसंख्येची व्यवसायानुसार विभागणी (Occupational Distribution)

तक्ता क्र. ७

लोकसंख्येची व्यवसायानुसार विभागणी (२००१)

व्यावसायिक वर्गीकरण	कामगार संख्या (०००')	टक्केवारी (%)
कृषी व पूरक कामे	१७६९७९	५६.६
खाणकाम	१९०८	०.६
कारखानदारी	४१८४८	१३.४
विद्युत्, गॅस व पाणीपुरवठा	१५४६	०.५
बांधकाम	११५८३	३.७
घाऊक, किरकोळ व्यापार, हॉटेल व रेस्टॉरंट	२९३३३	९.४
वाहतूक, साठवण, दूरसंचार	१२५३५	४.०
वित्तीय मध्यस्थ, वास्तू व्यवसाय	६१०९	२.०
इतर सेवा	३११३१	१०.०
एकूण कामगार	**३१२९७२**	**१००.०**

(**संदर्भ :** *ऑफिस ऑफ द रजिस्ट्रार, सेन्सस कमिशनर, भारत*)

तक्ता क्र. ७ वरून असे निदर्शनास येते की भारतातील कृषी क्षेत्रात सर्वाधिक (५६.६%) व्यक्ती काम करतात. त्यानंतर कारखानदारी (१३.४%) घाऊक व किरकोळ व्यापार आणि हॉटेल / रेस्टॉरंट या क्षेत्रात ९.४% व्यक्ती काम करतात. विकसित देशात कृषी क्षेत्रात काम करणाऱ्या लोकांचे प्रमाण अत्यल्प असते. उदा. यू. के. मध्ये हे प्रमाण १% आहे तर यू. एस. ए. व जपानमध्ये अनुक्रमे ४% व ५% आहे. औद्योगिकीकरण झालेल्या विकसित देशांमध्ये कृषी व पूरक व्यवसायावर अवलंबून रहाणाऱ्यांचे प्रमाण अत्यल्प असते. याउलट, अविकसित आणि विकसनशील अर्थव्यवस्थेत हे प्रमाण जास्त असते. भारतातही अलीकडच्या काळात उद्योग व सेवा क्षेत्राचे प्रमाण वाढत आहे.

२.३.६ लोकसंख्येची गुणवत्ता (Quality of Population) :

लोकसंख्येची गुणवत्ता ही आयुर्मर्यादेचे प्रमाण, साक्षरता प्रमाण, तांत्रिक शिक्षण व प्रशिक्षण इ. निकषांवर अवलंबून असते. या निकषांचे प्रमाण जेवढे उच्च स्तरावर असेल तेवढा त्या देशाचा आर्थिक विकास होतो.

तक्ता क्र. ८

भारतातील साक्षरता दर (%)

वर्ष	एकूण साक्षरता दर	पुरुष	स्त्रिया
१९५१	१८.३	२७.२	८.९
१९६१	२८.३	४०.४	१५.३
१९७१	३४.५	४६.०	२२.०
१९८१	४१.४	५३.४	२८.५
१९९१	५२.२	६४.१	३९.३
२००१	६४.८३	७५.८	५२.१
२०११	७४.०४	८३.१४	६५.५

(**संदर्भ :** *सेन्सस ऑफ इंडिया*)

तक्ता क्र. ८ वरून असे दिसून येते की २०११ मध्ये भारतात पुरुषांच्या बाबतीत साक्षरतेचे प्रमाण ८३.१४% तर स्त्रीसाक्षरतेचे प्रमाण ६५.५% इतके होते. १९५१ ते २०११ या काळातील साक्षरतेच्या प्रमाणात वाढ झालेली असली तरी अद्यापही स्त्रीसाक्षरतेचे प्रमाण कमी आहे. 'सर्व शिक्षा अभियान' आणि 'शिक्षण हक्क कायदा' याद्वारे जास्तीतजास्त लोकसंख्येला साक्षर आणि सुशिक्षित करण्याचा प्रयत्न भारतात केला जात आहे.

तसेच आयुर्मर्यादेच्या संदर्भात विचार केल्यास २००२ ते २००६ या काळात पुरुषांच्या बाबतीत भारतातील सरासरी आयुर्मान ६२.६ वर्षे तर स्त्रियांच्या बाबतीत ६४.२ वर्षे इतके होते. १९५१ ते १९६१ या काळात हे प्रमाण पुरुषांच्या व स्त्रियांच्या बाबतीत अनुक्रमे ४१.९ आणि ४०.९ वर्षे इतके होते. भारतीय व्यक्तीचे आयुर्मान वाढलेले आहे. याचा अर्थ आरोग्यसेवेच्या विस्तारामुळे तसेच दारिद्र्यनिर्मूलन, रोजगार हमी योजना, शैक्षणिक संधी या सर्वांचा परिणाम हा आयुर्मर्यादा वाढण्यात झाला आहे.

२.४ वाढत्या लोकसंख्येची कारणे - उच्च जन्मदर व घटता मृत्युदर (Causes of Growing Population - High Birth Rate and Decreasing Death Rate) :

१) वाढता जन्मदर :

एक वर्षात दर हजारी किती अपत्यांचा जन्म होतो त्या दरास जन्मदर म्हणतात. तक्ता क्र. ९ मध्ये भारतातील जन्मदर दिलेला आहे. त्यावरून असे आढळून येते की जन्मदराच्या प्रमाणात घट होत असली तर घट होण्याचा वेग मंद आहे. १९८५-८६ ते २०१० या काळात मात्र जन्मदर कमी होण्याचे प्रमाण अधिक आहे. कुटुंबनियोजन धोरणाचा प्रभाव व अंमलबजावणी यामुळे जन्मदर अलीकडच्या काळात कमी होत आहे. एका वर्षात दर हजारी किती मृत्यू होतात त्यावरून मृत्युदर समजतो. तक्ता क्र. ९ वरून असे दिसून येते की मृत्युदर वेगाने कमी होत आहे.

तक्ता क्र. ९
भारतातील जन्मदर व मृत्युदर

वर्ष	जन्मदर	मृत्युदर
१९०१-१९१०	४८.१	४२.६
१९११-१९२०	४९.२	४८.६
१९२१-१९३०	४६.४	३६.३
१९३१-१९४०	४५.२	३१.२
१९४१-१९५०	३९.९	२७.४
१९५१-१९६०	४०.०	१८.०
१९६१-१९७०	४१.२	१९.२
१९७१-१९८०	३७.२	१५.०
१९८५-१९८६	३२.६	११.१
२०१०	२२.१	७.२

(संदर्भ : स्टॅटिस्टिकल आउटलाइन ऑफ इंडिया, टाटा प्रेस, २०१३)

भारतात उच्च जन्मदर असण्याची कारणे -

अ) लहान वयात विवाह : भारतात बालविवाह करण्यास कायद्याने बंदी आहे. विवाहाचे वय मुलाच्या बाबतीत २१ वर्षे तर मुलीच्या बाबतीत १८ वर्षे आहे

परंतु, ही कायदेशीर बंदी झुगारून बालविवाह केले जातात. त्यामुळे प्रजननाचा काळ वाढतो.

ब) वैद्यकीय सोयींत वाढ : भारतात स्वातंत्र्योत्तर काळात आरोग्य सोयी व सुविधा यात वाढ झालेली आहे, त्यामुळे माता व अर्भके यांच्या मृत्यूच्या प्रमाणात घट झालेली आहे. अर्थात, अद्यापही विकसित देशांच्या तुलनेने बालमृत्यूदराचे प्रमाण भारतात अधिक आहे.

क) धार्मिक रूढी व परंपरा : भारतात मुलाच्या जन्माला प्राधान्य दिले जाते. मुलींना अद्यापही दुय्यम स्थान दिले जाते. भारतीय समाज मनावर धार्मिक रूढी व परंपरांचा पगडा असल्याने जन्मदरात वाढ होते.

२) मृत्युदरात घट :

भारताची लोकसंख्या वाढण्याचे दुसरे महत्त्वाचे कारण म्हणजे मृत्युदरात होणारी घट होय. साथीचे अनेक रोग आता आटोक्यात आलेले आहेत. त्यामुळे साथीच्या रोगांना बळी पडणाऱ्यांची संख्या कमी झालेली आहे. २०१० मध्ये भारतातील मृत्युदर दरहजारी ७.२ इतका होता.

मृत्युदर घटण्याची कारणे

अ) साथीच्या रोगांचे उच्चाटन : कॉलरा, प्लेग अशा साथीच्या रोगांचे भारतातून उच्चाटन झाले आहे. तसेच वैद्यकीय सुविधांत वाढ झाली आहे.

ब) आपत्कालीन परिस्थिती व नियंत्रण : दुष्काळ, भूकंप, महापूर, रोगराई अशा परिस्थितीमुळे मृत्यू ओढविण्याचे प्रमाण कमी झालेले आहे. आपत्कालीन उपाययोजनांमुळे मृत्युदरात घट झालेली आहे.

क) आर्थिक विकास : राहणीमानाच्या दर्जातील सुधारणा, वैद्यकीय सोयी, सामाजिक व आर्थिक विकास यामुळे आयुर्मर्यादेत वाढ झाली आहे व मृत्युदराचे प्रमाण कमी झाले आहे.

३) दारिद्र्य :

भारतात अद्यापही २८% लोक दारिद्र्यरेषेखाली जगतात; दारिद्र्य हे लोकसंख्येतील वाढीचे महत्त्वाचे कारण मानले जाते. दरिद्री कुटुंबात अधिक मुले म्हणजे अधिक उत्पन्नाचे साधन मानले जाते. त्यामुळेही जन्मदराचे प्रमाण भारतात जास्त आहे.

४) निरक्षरता व अंधश्रद्धा :

भारताच्या ग्रामीण भागात अद्यापही निरक्षरतेचे प्रमाण जास्त आहे. तसेच रूढी,

परंपरा व अंधश्रद्धा यांचा समाजमनावर प्रभाव आहे. स्त्रियांचा शैक्षणिक व सामाजिक दर्जा कमी आहे. या कारणामुळेही जन्मदरात वाढ होत आहे.

५) सार्वजनिक आरोग्य सुधारणा :

ग्रामीण भागात सरकारने प्राथमिक आरोग्य केंद्रांच्या माध्यमातून सार्वजनिक आरोग्य सुधारणा केलेल्या आहेत. साथीच्या रोगांवर नियंत्रण मिळविले आहे. सार्वजनिक आरोग्य सुविधा व सोयींमुळे जन्मदरात वाढ तर मृत्युदरात घट अशी परिस्थिती निर्माण झाली आहे, त्यामुळे भारतातील लोकसंख्या वेगाने वाढत आहे.

२.५ अतिरिक्त लोकसंख्या समस्या (Problems of Over Population) :

१) दरडोई उत्पन्नाचे प्रमाण कमी : आर्थिक विकासाचा महत्त्वाचा निकष म्हणजे दरडोई उत्पन्न हा होय. देशातील एकूण स्थूल राष्ट्रीय उत्पन्नाला लोकसंख्येने भागले असता दरडोई उत्पन्न मिळते. भारतात लोकसंख्या सतत वाढत असल्याने वाढणाऱ्या लोकसंख्येवर राष्ट्रीय उत्पन्न विभागले जाते व दरडोई उत्पन्न कमी होते. २०१० मध्ये भारताचे दरडोई उत्पन्न १३४० डॉलर्स होते. याउलट, यू. एस. ए. चे ४७१४० डॉलर्स तर यू. के. चे ३८५४० डॉलर्स होते.

२) जीवनावश्यक वस्तुंचा तुटवडा : लोकसंख्या सतत वाढत असल्याने अन्नधान्य, निवारा, पेट्रोलियम, वस्तू, गॅस, औषधे इ. चा तुटवडा निर्माण होतो. आरोग्य व शिक्षणविषयक सोयी व सुविधा कमी पडतात. ऊर्जा, दळणवळण, वाहतूक इ. बाबत टंचाई निर्माण होते. सार्वजनिक सेवा, नागरी सेवा इ. अपुऱ्या पडतात.

३) बेरोजगारी : लोकसंख्या वाढीचा बेरोजगारीत वाढ हा परिणाम दिसून येतो. भारतात बेरोजगारीची समस्या मोठी आहे. बेरोजगार व्यक्तींच्या संख्येत दरवर्षी वाढ होत आहे. बेरोजगारीमुळे अनेक प्रकारचे प्रश्न निर्माण होतात. उदा. सामाजिक अशांतता, आर्थिक विकासाला खीळ इ.

४) कृषी क्षेत्रावर अनिष्ट परिणाम : लोकसंख्या वाढीमुळे कृषी क्षेत्रात दर पिढीत जमिनीचे विभाजन व तुकडीकरण होते, त्यामुळे जमिनीचे आकारमान कमी होत आहे. धारणाक्षेत्र कमी झाल्यास त्याचा कृषी उत्पादनावर अनिष्ट परिणाम होतो.

५) भांडवलनिर्मितीचा वेग कमी : कोणत्याही देशाचा आर्थिक विकास हा भांडवलनिर्मितीवर अवलंबून असतो. लोकसंख्यावाढीमुळे बचत, उत्पन्न, गुंतवणूक कमी होते. भांडवल निर्मितीचा वेग कमी होतो, त्यामुळे औद्योगिक प्रगती होत नाही. देशाचा आर्थिक विकास जलद गतीने होण्यास अडथळे निर्माण होतात.

६) कृषी क्षेत्रावर भार : भारतात एकूण श्रमसंख्येच्या ५८% श्रमसंख्या कृषी

क्षेत्रावर अवलंबून आहे. कृषी क्षेत्रात हंगामी व छुपी बेरोजगारी मोठ्या प्रमाणावर आहे. उद्योगधंद्यांचा पुरेसा विकास होत नसल्यामुळे वाढणाऱ्या लोकसंख्येचा भार कृषी क्षेत्रावर पडतो.

२.६ लोकसंख्या नियंत्रणासाठी उपाययोजना (Measures for Population Control) :

१) कुटुंबनियोजन : कुटुंबातील अपत्यांची संख्या मर्यादित ठेवणे म्हणजे कुटुंबनियोजन होय. लोकसंख्या नियंत्रणाचा हा सर्वात प्रभावी मार्ग आहे. अपत्यांची संख्या मर्यादित ठेवण्याबरोबरच दोन अपत्यांत योग्य ते अंतर ठेवणे, माता व बालक यांना पोषणमूल्य असलेला आहार व आरोग्य सुविधा पुरविणे, स्त्री व पुरुष यांच्या शस्त्रक्रिया करून घेणे यांचा समावेश होतो.

२) विवाहाचे वय वाढविणे : भारतात विवाहाचे कायदेशीर वय मुलाच्या बाबतीत २१ वर्षे तर मुलीच्या बाबतीत १८ वर्षे आहे. परंतु, भारतात लोकसंख्यावाढीचे प्रमाण लक्षात घेता विवाहाच्या या वयात वाढ करण्यात यावी. मुलीचे वय २१ वर्षे व मुलाचे २५ वर्षे असे विवाहाचे वय असावे असे सुचविले जाते. यामुळे प्रजननाचा काळ कमी होऊन जन्मदर कमी होण्यास मदत होईल.

३) स्त्री-शिक्षणाला प्राधान्य : स्त्रियांच्या शिक्षणाला सर्वाधिक प्राधान्य देणे आवश्यक आहे. कुटुंबनियोजनाचे महत्त्व पटवून देणे तसेच सुखी व आरोग्यसंपन्न कुटुंबासाठी स्त्री शिक्षण महत्त्वाचे आहे. शिक्षण, आरोग्य इ. बाबत स्त्रियांना सवलती देणे आवश्यक आहे.

४) आर्थिक विकासाला चालना : देशाच्या आर्थिक विकासाला चालना देणे आवश्यक आहे. आर्थिक विकासामुळे राहणीमानाचा दर्जा उंचावतो. राहणीमानाचा उंचावलेला दर्जा टिकवून ठेवण्यासाठी व्यक्ती कुटुंबनियोजनास प्रेरित होतात.

५) सामाजिक सुरक्षितता : आरोग्य, विमा, वृद्धत्वकाळी निवृत्ती वेतन, या प्रकारच्या सामाजिक सुरक्षितता योजनांमुळेही लोकांच्या मनात सुरक्षिततेची भावना निर्माण होते. घरातील मुलांनाच केवळ आधार मानल्यानेही जन्मदरात वाढ होत असल्याचे भारतात आढळून येते. यासाठी लोकांना सामाजिक सुरक्षितता प्रदान करणे आवश्यक ठरते.

६) लोकसंख्येची गुणवत्ता वाढविणे : आयुर्मर्यादेत वाढ, शिक्षण व प्रशिक्षण यासाठी प्रयत्न करणे आवश्यक आहे. यातून सामाजिक, सांस्कृतिक व आर्थिक विकास घडून येतो. अंधश्रद्धा, कुप्रथा, रूढी व परंपरा याऐवजी वैज्ञानिक दृष्टिकोनाचा आदर समाजाकडून केला जातो. परिणामी लोकसंख्येच्या वाढीला आळा बसतो.

२.७ २००५ नंतरचे लोकसंख्या धोरण (Population Policy 2005 onward) :

भारत सरकारने १५ फेब्रु. २००० ला 'राष्ट्रीय लोकसंख्या' धोरण स्वीकारले. या धोरणानुसार २०१० पर्यंत पुढील उद्दिष्टे साध्य करण्याचे निश्चित करण्यात आले.

१) मुलांच्या आरोग्य सुविधांत वाढ करणे
२) १४ वर्षांपर्यंतच्या मुलांना शालेय शिक्षण सक्तीचे करणे
३) अर्भक मृत्यूचे प्रमाण दरहजारी ३० पेक्षा कमी करणे
४) १ लाख जन्मांमागे १०० पेक्षा कमी इतके मातांचे मृत्युप्रमाण कमी करणे
५) मुलांचे सार्वत्रिक लसीकरण करणे
६) तज्ज्ञ व प्रशिक्षित व्यक्तींकडून प्रसूती करविणे
७) कुटुंबनियोजन करण्याच्या पद्धतीबद्दल मार्गदर्शन व समुपदेशन करणे
८) 'एड्स' वर प्रतिबंधात्मक उपाययोजना करणे
९) लहान कुटुंबांना उत्तेजन देणे
१०) कुटुंब कल्याणाचे कार्यक्रम लोकानुवर्ती (People - Centered) करणे
११) २०४६ पर्यंत लोकसंख्येचे स्थिरीकरण (Stabilization) करणे

भारतातील लोकसंख्या वाढीचे भविष्यकालीन अंदाज :

राष्ट्रीय लोकसंख्या आयोगाने भारतातील लोकसंख्या वाढीच्या भविष्यकालीन अंदाजासाठी नेमलेल्या तांत्रिक गटाच्या अभ्यासानुसार भारताची लोकसंख्या २०११ पर्यंत १२० कोटी इतकी वाढेल. २००६ ते २०११ या काळात दरवर्षी १.४% दराने वाढेल. २०२१ ते २०२६ या काळात ०.९% या दराने वाढत राहील. २०६० मध्ये भारताची लोकसंख्या १७० कोटीवर स्थिरावेल असा अंदाज वरील गटाने व्यक्त केला आहे. भविष्यकाळात या दृष्टिने लोकसंख्या धोरणाची आखणी व अंमलबजावणी करणे आवश्यक ठरेल.

तक्ता क्र. १०

भारतातील लोकसंख्या वाढीचा अंदाज २००१-२०२६ (लोकसंख्या दशलक्ष)

वर्ष	२००१	२००६	२०११	२०१६	२०२१	२०२६
१५ वर्षांखालील	३६५	३५७	३४७	३४०	३३७	३२७
१५-५९	५९३	६५७	७४७	८११	८६०	९००
६० व त्यापेक्षा जास्त	७१	८४	९८	११८	१४३	१७३
एकूण	**१०२९**	**१११२**	**११९३**	**१२६९**	**१३४०**	**१४००**

लोकसंख्या धोरणाच्या अंमलबजावणीसाठी २०११-१२ या वर्षात एकूण रु.५५८११ कोटींचा खर्च अपेक्षित आहे असे समग्र आर्थिक व आरोग्य यावरील राष्ट्रीय आयोगाने (National Comission on Macro Economic & Health) म्हटलेले होते. प्राथमिक आरोग्य केंद्रात कुटुंबनियोजनाच्या अधिक उत्कृष्ट सोयी उपलब्ध करून देणे, पंचायत राज्याने कुटुंबनियोजन कार्यक्रमात अधिक सहभागी व सक्रिय होणे; जन्म, मृत्यू, विवाह नोंदणीत सुसूत्रता निर्माण करणे, बालविवाह रोखणे, माता व बालकांची आरोग्य सेवा अधिक बळकट करणे, लोकशिक्षण इ. शिफारशी ११ व्या पंचवार्षिक योजनेसाठी (२००७-२०१२) नेमलेल्या लोकसंख्या स्थिरीकरणावरील तज्ज्ञ गटाने केलेल्या आहेत.

स्वाध्याय

लघुत्तरी प्रश्न

१) भारतातील लोकसंख्येची लिंगभेदानुसार रचना स्पष्ट करा.
२) भारतीय लोकसंख्येची ग्रामीण व शहरी विभागणी विशद करा.
३) भारतीय लोकसंख्येची वयोमानानुसार रचना स्पष्ट करा.
४) भारतातील लोकसंख्येची घनता स्पष्ट करा.
५) भारतात लोकसंख्येची व्यवसायानुसार विभागणी कशी झाली आहे ते विशद करा.
६) भारतीय लोकसंख्येची गुणवत्ता स्पष्ट करा.

दीर्घोत्तरी प्रश्न

१) लोकसंख्या संक्रमणाचा सी. पी. ब्लॅकर यांचा सिद्धान्त स्पष्ट करा.
२) लोकसंख्या संक्रमणाचा कार्ल सॅक्स यांचा दृष्टिकोन विशद करा.
३) भारतातील वाढत्या लोकसंख्येची कारणे कोणती ते लिहा.
४) भारतातील वाढत्या लोकसंख्येचे परिणाम स्पष्ट करा.
५) लोकसंख्या वाढीवर नियंत्रण करण्यासाठी उपाययोजना स्पष्ट करा.
६) भारतातील लोकसंख्याविषयक धोरणाचा आढावा घ्या.

३ | दारिद्र्य व बेरोजगारी
(Poverty & Unemployment)

३.१ दारिद्र्य : अर्थ व संकल्पना (Meaning and Concept of Poverty):

किमान आवश्यक गरजा भागविण्याइतका खर्च न करू शकणाऱ्या व्यक्तीला दरिद्री म्हटले जाते. प्रत्येक देशात वस्तू व सेवांच्या किमती आणि राहणीमानाचा दर्जा निरनिराळा असतो. दारिद्र्याची व्याख्या करताना राहणीमानाची किमान आवश्यक पातळी निश्चित केली जाते. सहाव्या पंचवार्षिक योजनेत ग्रामीण भागात प्रत्येक व्यक्तीला २४०० उष्मांक (Calories) तर शहरी भागात २१०० उष्णांक देणारा आहार किमान आवश्यक आहार मानण्यात आला. १९७३-७४ च्या किमतीनुसार असा आहार मिळविण्यासाठी ग्रामीण भागात ४९.६३ रुपये आणि शहरी भागात ५६.६४ रुपये दरमहा मिळणे आवश्यक होते. १९७३-७४ च्या किमती आधारभूत मानून नंतरच्या काळात एकूण दरडोई उपभोग खर्च निश्चित करण्यात आला. २००४-०५ मध्ये ग्रामीण

भागात रु. ३५६.३० व शहरी भागात रु. ५३८.६० इतका दरमहा दरडोई खर्च दारिद्र्यरेषा दर्शविणारा होता.

दारिद्र्याच्या संकल्पनेचे दोन प्रकारे स्पष्टीकरण केले जाते. १) निरपेक्ष दारिद्र्य २) सापेक्ष दारिद्र्य

१) निरपेक्ष दारिद्र्य : जगण्यासाठी किमान आवश्यक वस्तूंचे उदा. धान्ये, डाळी, दूध, कापडे इ. चे विशिष्ट प्रमाण निश्चित केले जाते. याचे पैशाच्या रूपातील एकूण मूल्य काढले जाते. एवढा किमान दरडोई उपभोग खर्च करू न शकणाऱ्या व्यक्तिस दारिद्र्यरेषेखाली जगणारी व्यक्ती असे म्हटले जाते. वस्तूंच्या किमतीत, व्यक्तीच्या सामाजिक व आर्थिक परिस्थितीत सतत बदल होतात त्या नुसार हा उपभोग खर्चही बदलत जातो, त्यामुळे दारिद्र्यरेषा किंवा किमान आवश्यक उपभोग खर्चाच्या प्रमाणातही बदलत होतात.

२) सापेक्ष दारिद्र्य : या संकल्पनेनुसार देशाच्या लोकसंख्येची निरनिराळ्या उत्पन्न गटांत विभागणी केली जाते व उच्च, मध्यम व निम्न स्तरावरील उत्पन्नगट असणाऱ्या गटांची एकमेकांशी तुलना केली जाते. अर्थात या प्रकारची तुलना अविकसित किंवा विकसनशील देशांच्या बाबतीत अव्यवहार्य ठरते, कारण दारिद्र्य रेषेखाली जगणाऱ्या लोकांचे प्रश्न या देशात महत्त्वाचे असतात.

३.२ दारिद्र्य रेषा - पुनर्व्याख्येची गरज (Poverty Line - Need of Redefining) :

या पूर्वी उल्लेख केल्याप्रमाणे देशातील सामाजिक व आर्थिक घटकांमध्ये सतत बदल होतात. उत्पादन, उत्पन्न, रोजगार, वस्तूंच्या किमती, वस्तू व सेवांची मागणी व पुरवठा, शासकीय धोरणे इ. मुळे असे बदल होतात. त्यामुळे उत्पन्न, उपभोग खर्च व किंमत वाढीशी सुसंगत अशी दारिद्र्यरेषा निश्चित करणे आवश्यक ठरते. यामुळे दारिद्र्यरेषेचीही वारंवार पुनर्व्याख्या करणे गरजेचे ठरते.

भारत सरकारने नेमलेल्या सुरेश तेंडुलकर समितीच्या मते २००९-१० या वर्षात ग्रामीण भागासाठी हा दरडोई उपभोग खर्च दरमहा रु. ६७२.४ आणि शहरी भागासाठी रु. ८५९.६ इतका होता. यापेक्षा कमी उपभोग खर्च असणाऱ्या व्यक्ती दारिद्र्यरेषेखालील (Below Poverty Line) आहेत. दारिद्र्य निर्मूलनासाठी केलेल्या उपाययोजना व आर्थिक विकास यामुळे भारतातील दारिद्र्यरेषेखाली जगणाऱ्या व्यक्तिंचे प्रमाण सातत्याने कमी होत आहे.

तक्ता क्र. १

दारिद्र्यरेषेचे अंदाज

	व्यक्ति / संस्था	वर्ष	दारिद्र्यरेषेचा निकष (दरडोई उपभोग खर्च)
१.	व्ही. एम. दांडेकर	१९७१-७२	रु. ५४.४ (१९७७-७८ च्या किमतीनुसार)
२.	मिन्हास, जैन व तेंडुलकर	१९८७-८८	रु. १२६.६ (ग्रामीण) रु. १५८.३ (शहरी)
३.	नियोजन आयोग	१९८७-८८	रु. ११५.४३ (ग्रामीण)
४.	तज्ज्ञ समिती (नियोजन आयोग)	१९९३	रु. १६५.५८ (शहरी)
५.	राष्ट्रीय नमुना पाहणी	१९९९-२०००	रु. २११.३० (ग्रामीण) रु. ४५४.११ (शहरी)
६.	राष्ट्रीय नमुना पाहणी	२००४-०५	रु. ३५६.० (ग्रामीण) रु. ५३८.० (शहरी)

(**संदर्भ :** *इंडियन इकॉनॉमी, दत्त-सुंदरम्, पृ. ३९३, आवृत्ती २०१२)*

तक्ता क्र. १ मध्ये विविध अर्थतज्ज्ञ व नियोजन आयोग आणि राष्ट्रीय नमुना पाहणीने उपभोग खर्चाचे जे निकष ठरविले त्यानुसार दारिद्र्यरेषा निश्चित केलेली आहे. दारिद्र्य रेषेखालील व्यक्तिंच्या उत्पन्नात वाढ घडवून आणणे, त्यांना रोजगाराच्या संधी व सामाजिक सुरक्षिततेचे लाभ मिळवून देणे हे भारतीय नियोजनाचे महत्त्वाचे उद्दिष्ट आहे.

३.३ दारिद्र्याचे मोजमाप (Measurement of Poverty) :

तक्ता क्र.१

भारतातील दारिद्र्यरेषेखालील लोकसंख्येचे प्रमाण (%)

	राज्य	दारिद्र्यरेषेखालील लोकसंख्या (%)	
		२००४-०५	२००९-१०
१)	नागालॅण्ड	८.८	२९.९
२)	दिल्ली	१३.०	१४.२
३)	सिक्कीम	३०.९	१३.१
४)	गोवा	२४.९	८.७
५)	मेघालय	१६.१	१७.१
६)	हरियाणा	२४.१	२०.१
७)	महाराष्ट्र	३८.२	२४.५
८)	पंजाब	२०.९	१५.९
९)	मणिपूर	३७.९	४७.१
१०)	गुजरात	३१.६	२३.०
११)	मिझोराम	१५.४	२१.१
१२)	आंध्र	२९.६	२१.१
१३)	अरुणाचल	३१.४	२५.९
१४)	कर्नाटक	३३.३	२३.६
१५)	उत्तराखंड	३२.७	१८.०
१६)	हिमाचल प्रदेश	२२.९	९.५
१७)	आसाम	३४.४	३७.९
१८)	राजस्थान	३४.४	२४.८
१९)	जम्मू व काश्मीर	१३.१	९.४
२०)	झारखंड	४५.३	३९.१
२१)	प. बंगाल	३४.२	२६.७
२२)	केरळ	१९.६	१२.०
२३)	छत्तीसगड	४९.४	४८.७

		२००४-०५	२००९-१०
२४)	तमिळनाडू	२९.४	१७.१
२५)	उत्तरप्रदेश	४०.९	३७.७
२६)	त्रिपुरा	४०.०	१७.४
२७)	पाँडेचरी	१४.२	१.२
२८)	बिहार	५४.४	५३.५
२९)	मध्यप्रदेश	४८.६	३६.७
३०)	ओरिसा	५७.२	३७.०

(संदर्भ : *प्लॅनिंग कमिशन, भारत सरकार २०१२*)

भारतातील नियोजन आयोगानुसार २००४-०५ मध्ये भारतात ३७.२ टक्के एवढी लोकसंख्या दारिद्र्यरेषेखाली होती. २००९-१० पर्यंत यात २९.८ टक्क्यांपर्यंत घट झाली. २००४-०५ मध्ये ग्रामीण भागात ४२% लोक दारिद्र्यरेषेखाली होते; तर हेच प्रमाण २००९-१० मध्ये ३३.८% इतके घटले. २००४-०५ मध्ये शहरी भागात दारिद्र्यरेषेखाली २५.५% लोकसंख्या दारिद्र्यरेषेखाली जगत होती. २००९-१० मध्ये हे प्रमाण २०.९% इतके घटले. याच काळात भारतातील हिमाचल प्रदेश, मध्यप्रदेश, महाराष्ट्र, ओरिसा, सिक्कीम, तमिळनाडू, कर्नाटक आणि उत्तराखंड या राज्यांतील दारिद्र्यरेषेखालील लोकसंख्येच्या प्रमाणात १०% घट झाली; तर आसाम, दिल्ली, मणिपूर, मेघालय, मिझोराम व नागालॅण्ड या राज्यातील दारिद्र्यरेषेखालील लोकसंख्येच्या प्रमाणात वाढ झाली. (तक्ता क्र.१)

३.४ भारतातील दारिद्र्याची कारणे (Causes of Poverty in India) :

१) उत्पन्नातील विषमता : देशातील उत्पन्न आणि उत्पादनाची साधने यांची जर विषम विभागणी झाली तर उत्पन्नात विषमता निर्माण होते. देशातील संपत्ती ही काही थोड्या व्यक्तींच्या हातात केंद्रित होणे ही उत्पन्नातील विषमतेला कारणीभूत ठरणारी बाब आहे. भारताच्या बाबतीत असे दिसून येते की, ग्रामीण भागातील एकूण संपत्तीच्या १०% भागावर ५१% लोकांची मालकी आहे; तर शहरी भागात ४९% संपत्ती, ९% व्यक्तींच्या हातात केंद्रित झाली आहे. याचा अर्थ शहरी भागात उत्पन्न विषमता अधिक आहे. उत्पन्न विषमता हे दारिद्र्याचे महत्त्वाचे कारण आहे.

२) लोकसंख्येचा प्रस्फोट : देशातील दरडोई राष्ट्रीय उत्पन्नाचे प्रमाण लोकसंख्येवर अवलंबून असते. लोकसंख्येने स्थूल राष्ट्रीय उत्पन्नास भागले असता दरडोई

उत्पन्न मिळते. लोकसंख्या जास्त असल्यास राष्ट्रीय उत्पन्न अतिरिक्त असणाऱ्या लोकसंख्येवर विभागले जाते, त्यामुळे दरडोई उत्पन्न कमी होते. अतिरिक्त लोकसंख्येमुळे जीवनावश्यक वस्तूंची टंचाई निर्माण होते. राहणीमानाचा दर्जा खालावतो, त्यामुळे अधिक दारिद्र्य निर्माण होते.

३) बेरोजगारी : दरडोई उपभोग खर्च किंवा किमान आवश्यक उष्णांकांचे सेवन हा दारिद्र्याचे मोजमाप करण्याचा निकष आहे. हे निकष प्रामुख्याने व्यक्तिंच्या उत्पन्न मिळविण्याच्या क्षमतेवर अवलंबून असतात. उत्पन्न हे रोजगार मिळण्यावर अवलंबून असते. भारतात ग्रामीण तसेच शहरी भागात बेरोजगारीचे प्रमाण अधिक आहे. उत्पन्न कमी असेल किंवा अजिबात नसेल तर दरडोई उपभोग खर्चही कमी होईल. अन्नपदार्थांचे सेवन कमी होईल, म्हणजेच उष्णांकांचे सेवनही कमी होईल आणि दारिद्र्यात वाढ होईल, त्यामुळे बेरोजगारी ही दारिद्र्याला कारणीभूत ठरते.

४) निरक्षरता : २०११ च्या जनगणनेनुसार भारतातील साक्षरतेचे प्रमाण ७४.४% इतके आहे. याचा अर्थ भारतात अद्यापही २५.६% लोकसंख्या निरक्षर आहे. चीनमध्ये साक्षरतेचे प्रमाण ९६% श्रीलंकेत ९१% इतके आहे. भारतात स्त्रियांमधील साक्षरतेचे प्रमाण ६५.४६% इतके आहे. निरक्षरता व निरनिराळी कामे करण्याच्या कौशल्याच्या अभावामुळे केवळ शारीरिक श्रमाशिवाय निरक्षर व्यक्तीकडे रोजगार मिळविण्याचा दुसरा मार्ग नसतो. मानवी शरीरिक श्रमाला मर्यादा असतात, त्यामुळे निरक्षरता हे भारतातील दारिद्र्याचे कारण आहे.

५) दारिद्र्याचे दुष्टचक्र (Vicious Circle of Poverty) : व्यक्ती किंवा कुटुंबाच्या दारिद्र्यास दरिद्रताही कारणीभूत ठरते. दरिद्री व्यक्तीस उत्पन्नाचे साधन कमी किंवा अजिबात नसते. त्याची पतक्षमता (Credit Worthiness) कमी असते, त्यामुळे तो बँका किंवा पतसंस्थांकडून कर्ज घेऊ शकत नाही. सावकारकडून अशी कर्जे घेतल्यास त्यात पिळवणूक व आर्थिक शोषण होते. दारिद्र्यातून पुन्हा दारिद्र्याकडे असे दुष्टचक्र सुरू राहते. यासाठी शासनाकडून त्याला आर्थिक साहाय्य व मदत मिळणे आवश्यक ठरते.

६) कृषी क्षेत्रावरील अवलंबन : भारतात एकूण लोकसंख्येपैकी ५८% लोकसंख्या उपजीविकेसाठी कृषी क्षेत्रावर अवलंबून आहे. भारतातील कृषी ही पावसाच्या कृपेवर आधारलेली आहे. त्यामुळे ग्रामीण भागात हंगामी व छुप्या बेरोजगारीचे प्रमाण अधिक आहे. पावसाची अनियमितता, कोरडवाहू शेती, कर्जबाजारीपण, इ. मुळे शेतकऱ्यांचे उत्पन्नही बेभरवशाचे असते. या सर्व कारणांमुळे ग्रामीण भागात दारिद्र्याचे प्रमाण अधिक दिसून येते.

७) शहरी भागातील दारिद्र्य : शहरी भागातही सुशिक्षित व साक्षर व्यक्तींची बेरोजगारी दिसून येते. औद्योगिक विकासाचा मंद वेग, शहराकडे होणारे स्थलांतर, नागरी सोयी व सुविधा यावर पडणारा ताण यामुळे शहरी भागातील बहुसंख्य लोकसंख्येच्या राहणीमानाचा दर्जा खालावत आहे. कंत्राटी कामगार, रोजंदारीवर काम करणाऱ्या व्यक्ती यांच्या उत्पन्नात अनियमितता व अनिश्चितता दिसून येते, त्यामुळे शहरी भागातही दारिद्र्यरेषेखाली जगणाऱ्या लोकसंख्येचे प्रमाण वाढत आहे.

३.५ दारिद्र्य निर्मूलन उपाययोजना (Measures of Eradication of Poverty) :

दारिद्र्य निर्मूलनासाठी सरकारने अनेक योजना राबविलेल्या आहेत. त्या पुढीलप्रमाणे-

१) जवाहर ग्राम समृद्धी योजना : १ एप्रिल १९९९ पासून ही योजना अमलात आली. ग्रामीण भागात पायाभूत सोयी उभारण्यावर या योजनेचा भर आहे. यातून ग्रामीण भागात रोजगाराच्या संधी उपलब्ध करून देणे हा या योजनेचा उद्देश आहे. केंद्र सरकारने ७५% व राज्य सरकारांनी २५% या प्रकारे या योजनेवर खर्च करावयाचा आहे. ग्रामपंचायतीच्या माध्यमातून सरकारने ही योजना राबवायची आहे.

२) रोजगार हमी योजना (Employment Assurance Scheme)- २ ऑक्टोबर १९९३ रोजी ही योजना सुरू करण्यात आली. या योजनेचे मुख्य उद्दिष्ट शारीरिक कामाच्याद्वारे वेतनाधारित रोजगाराची निर्मिती करणे हे आहे. दारिद्र्यरेषेखालील लोकसंख्येला रोजगारक्षम बनविणे आणि विकासात्मक कामे करणे हा या योजनेचा उद्देश आहे. प्रामुख्याने जिल्हापरिषदेच्या मार्फत या योजनेची कार्यवाही करण्यात येते. केंद्र व राज्य सरकारांनी ७५ : २५ या प्रमाणात खर्च करावयाचा असून, पाणलोट क्षेत्र विकास, पिण्याचे पाणी, लघु पाणीपुरवठा प्रकल्प, मृद् संधारण, रस्ते बांधणी, वनीकरण अशा स्वरूपाची कामे या योजनेच्या अंतर्गत केली जातात.

३) राष्ट्रीय सामाजिक साहाय्यता कार्यक्रम (National Social Assistance Programme) - १५ ऑगस्ट १९९५ मध्ये ही योजना सुरू करण्यात आली. ही योजना पूर्णपणे केंद्रसरकारच्या वित्तीय साहाय्यातून राबविली जाते. वृद्धत्व, कर्त्या पुरुषाचा वा स्त्रीचा अकाली मृत्यु, बाळंतपण इ. साठी दरिद्री कुटुंबांना मदत करणारी ही योजना आहे. ६५ वर्षांवरील वृद्धांना दरमहा रु. ७५, कर्त्या पुरुषाच्या अकाली मृत्युबद्दल कुटुंबास रु.१०,००० व बाळंतपणाच्या खर्चासाठी गरोदर स्त्रीला रु. ५०० याप्रमाणे या योजनेच्या अंतर्गत अर्थसाहाय्य केले जाते. ग्रामपंचायत व नगरपालिका यांच्याद्वारे ही योजना अमलात आणली जाते.

४) अन्नपूर्णा योजना- १९९९-२००० मध्ये ही योजना अमलात आली. या योजनेद्वारे निवृत्ती वेतन ज्यांना मिळत नाही अशा एकाकी वृद्ध व्यक्तींना १० किलो धान्य मोफत दिले जाते. ग्रामपंचायतीच्याद्वारे ही योजना अमलात आणली जाते.

५) इंदिरा आवास योजना- १९९९-२००० पासून ही योजना सुरू करण्यात आली. नवव्या पंचवार्षिक योजनेत या योजनेअंतर्गत २० लाख घरे ग्रामीण भागात बांधण्याची योजना होती. १९९९-२००० मध्ये २४ राज्यांतील २५ जिल्ह्यांतील प्रत्येकी एका ब्लॉकमध्ये समग्र आवास योजनेअंतर्गत एक पथदर्शी निवास प्रकल्प हाती घेण्यात आला.

६) दुष्काळप्रवण क्षेत्र कार्यक्रम (Droughprone Area Programme)- भारतात दरवर्षी पावसाच्या कमी-जास्त प्रमाणामुळे निरनिराळ्या भागांत दुष्काळाची स्थिती निर्माण होते. उत्पादकता, पाण्याचे दुर्भिक्ष्य, जनावरांसाठी चारा व खाद्य यावर दुष्काळाचा अनिष्ट परिणाम होतो. उत्पादन, उत्पन्न, रोजगार यात घट होते. यामुळे ही योजना १ एप्रिल १९९५ पासून सुरू करण्यात आली. १३ राज्यांतील १६१ जिल्ह्यांतील ९४७ ब्लॉकसूमध्ये ही योजना सध्या कार्यान्वित आहे. पाणलोट क्षेत्र विकास, नापीक जमिनीचे पुनरुज्जीवन इ.प्रकारे ही योजना राबविण्याचा कार्यक्रम सरकारमार्फत राबविला जात आहे.

७) संस्थात्मक सुधारणा- जमिनीची विषम वाटणी हे उत्पन्न विषमतेचे ग्रामीण भागात महत्त्वाचे कारण आहे. यासाठी कूळ कायदे, कमाल जमीन धारणा कायदा, जमीनदारीचे उच्चाटन, जादा जमिनीचे भूमिहीन शेतकऱ्यांना वाटप इ. संस्थात्मक सुधारणा राज्य स्तरावर करण्यात आलेल्या आहेत.

८) महात्मा गांधी राष्ट्रीय ग्रामीण रोजगार हमी कायदा (Mahatma Gandhi National Rural Employment Gurantee Act- MNREGA)**-** स्वेच्छेने शारीरिक श्रमाची तयारी असणाऱ्या व्यक्तीस वर्षातील किमान शंभर दिवस रोजगार पुरविण्याची हमी या कायद्याद्वारे सरकारतर्फे देण्यात आलेली आहे. 'मनरेगा' या संक्षिप्त नावानेही या कायद्याचा व योजनेचा उल्लेख केला जातो. २००५ मध्ये सरकारने कायदा केला. २००६ पासून देशातील २०० जिल्ह्यांत आणि नंतर क्रमाक्रमाने संपूर्ण देशभर ही योजना लागू केली जाणार आहे.

या योजनेच्याद्वारे २०१२ पर्यंत ४.२८ कोटी मनुष्य दिवस (Mandays) इतका रोजगार उपलब्ध करून देण्यात आला. देशभर ६०.६१ लाख कामे ग्रामीण भागात चालू असून अनुसूचित जातीजमाती आणि स्त्रियांना रोजगार मिळवून देण्याच्या कामी मनरेगाने महत्त्वपूर्ण कामगिरी केलेली आहे.

३.६ बेरोजगारी : स्वरूप व संकल्पना (Unemployment : Meaning and Concept) :

भारतात बेरोजगारीची समस्या महत्त्वाची आहे. देशातील रोजगाराच्या उपलब्धतेवर देशाचा आर्थिक विकास अवलंबून असतो. दरडोई उत्पन्नावर रोजगाराचा परिणाम होतो. रोजगार नसल्यास उत्पन्न मिळत नाही. दारिद्र्यरेषेखालील व्यक्तींच्या संख्येत यामुळे भर पडते. बेरोजगारीमुळे सामाजिक असंतोष निर्माण होतो, त्यामुळे रोजगार संधी निर्माण करून बेरोजगारी कमी करणे हे देशाच्या आर्थिक विकासाचे प्रमुख उद्दिष्ट असते. जे. एम. केन्स या अर्थतज्ज्ञाच्या मते 'प्रचलित वेतनावर काम करण्याची इच्छा व पात्रता असूनही रोजगार मिळत नसेल तर अशा स्वरूपाची बेरोजगारी ही अनैच्छिक बेरोजगारी (Involuntary Unemployment) होय.' तसेच 'प्रचलित वेतनावर रोजगार उपलब्ध असूनही रोजगार नाकारल्यास अशा बेरोजगारीस 'ऐच्छिक बेरोजगारी' (Voluntary Unemployment) असे म्हणतात.'

ग्रामीण भागात प्रामुख्याने हंगामी बेरोजगारी (म्हणजे वर्षातील काही दिवस रोजगार) आणि छुपी बेरोजगारी असे प्रकार आढळतात. ज्या सीमान्त मजुराची सीमान्त उत्पादकता शून्य असते अशा बेरोजगारीस छुपी बेरोजगारी असे म्हणतात. याशिवाय शहरी भागात सुशिक्षितांची बेरोजगारी आढळून येते.

तक्ता क्र. १
भारतातील बेरोजगारी

	२००४-०५ (०००')	१९९३-९४ ते २००४-०५ (% वार्षिक)
लोकसंख्या	१०९२८३०	१.८५
श्रमशक्ती	४१९६४७	२.०९
श्रमिक	३८४९०९	१.८७
बेरोजगारीचा दर (%)	८.२८	-
बेरोजगारांची संख्या	३४७३८	७.०२
● **स्त्री मजूर**		
लोकसंख्या	५२७३५५	१.८७
श्रमशक्ती	११०८८६	२.२६
स्त्री श्रमिक	१००४९१	१.९६

	२००४-०५ (०००')	१९९३-९४ ते २००४-०५ (% वार्षिक)
बेरोजगारी दर (%)	९.३७	–
स्त्री बेरोजगारांची संख्या	१०३९५	५.८२
• **पुरुष** लोकसंख्या	५६५४७५	१.८२
श्रमशक्ती	३०८७६१	२.०३
पुरुष श्रमिक	२८४४१७	१.८४
बेरोजगारीचा दर (%)	७.८८	–
पुरुष बेरोजगारांची संख्या	२४३४३	४.७०

(**संदर्भ :** *प्लॅनिंग कमिशन, भारत सरकार*)

तक्ता क्र.१ वरून असे दिसून येते की, भारतात १९९३-९४ ते २००४-०५ या काळात बेरोजगारीचा दर दरवर्षी ८.२८ इतका होता. २००४-०५ या वर्षात कृषी क्षेत्रात एकूण रोजगाराच्या ५२.०६ टक्के रोजगार उपलब्ध होता. २००६-०७ मध्ये त्यात ५०.१९% इतकी घट झाली. कारखानदारी क्षेत्र व सेवा क्षेत्रात २००६-०७ मध्ये अनुक्रमे १३.३३% आणि १३.१८% इतका रोजगार उपलब्ध झाला. अद्यापही ग्रामीण भाग व कृषी क्षेत्रात बेरोजगारीचे प्रमाण अधिक आहे.

बेरोजगारीचा दर :- बेरोजगारीचा दर पुढीलप्रमाणे मोजला जातो.

$$\text{बेरोजगारीचा दर} = \frac{\text{बेरोजगार व्यक्तींची संख्या}}{\text{एकूण श्रमशक्ती}}$$

तक्ता क्र.१ मध्ये भारतातील स्त्री व पुरुष यांचा बेरोजगारीचा दर दर्शविलेला आहे. तक्ता क्र.२ मध्ये भारतातील विविध क्षेत्रांचा रोजगारात वाटा किती हे दर्शविलेले आहे. कृषी क्षेत्र अद्यापही एकूण रोजगारापैकी सर्वाधिक रोजगार पुरविणारे क्षेत्र आहे हे स्पष्ट होते. त्या खालोखाल कारखानदारी क्षेत्रात रोजगार संधी उपलब्ध असतात असे सदर तक्ता दर्शवितो.

तक्ता क्र.२

भारतातील क्षेत्रवार रोजगार हिस्सा

क्षेत्र	२००४-०५	२००६-०७
कृषी	५२.०५	५०.१९
खाणकाम	०.६३	०.६१
कारखानदारी	१२.९०	१३.३३
वीज, पाणी इ.	०.३५	०.३३
बांधकाम	५.५७	६.१०
व्यापार व हॉटेल व्यवसाय	१२.६२	१३.१८
वाहतूक/साठवणूक	४.६१	५.०६
वित्तीय सेवा व इतर सेवा	२.००	२.२२
सामाजिक सेवा	९.२४	८.९७
एकूण	**१००.००**	**१००.००**

(संदर्भ : *एम्प्लॉयमेंट परस्पेक्टिव्ह ॲण्ड लेबर पॉलिसी, प्लॅनिंग कमिशन, पृ.७३)*

३.६.१ बेरोजगारीचे प्रकार (Types of Unemployment) :

बेरोजगारीचे पुढील प्रकार आहेत.

१) हंगामी बेरोजगारी (Seasonal Unemployment) : ग्रामीण भागातील कृषी क्षेत्रात हंगामी बेरोजगारी दिसून येते. ग्रामीण भागातील शेतमजुराला वर्षातील ९० ते १०० दिवस रोजगार मिळत नाही; कारण शेतीचे स्वरूप हंगामी आहे. हंगामी बेरोजगारीला 'अर्ध बेरोजगारी' असे ही म्हटले जाते.

२) छुपी बेरोजगारी (Disguised Unemployment) : ज्यावेळी शेती उत्पादनात शेतमजुराकडून कोणतीही उत्पानवाढ होत नाही तेव्हा त्यास छुपी बेरोजगारी असे म्हटले जाते. अर्थशास्त्रीय भाषेत सीमान्त शेतमजुराची सीमान्त उत्पादकता शून्य असल्यास त्यास छुपी बेरोजगारी म्हणतात.

३) खुली बेरोजगारी (Open Unemployment) : चालू वेतनावर काम करण्याची इच्छा आणि पात्रता असूनही ज्या वेळी रोजगार मिळत नाही अशा व्यक्तींचा

उल्लेख खुल्या बेरोजगारीत केला जातो.

४) सुशिक्षितांची बेरोजगारी : (Educated Unemployment) : अशा प्रकारची बेरोजगारी प्रामुख्याने शहरी भागात दिसून येते. सुशिक्षित बेरोजगारात माध्यमिक व उच्च माध्यमिक शालांत परीक्षा, पदवी व पदव्युत्तर परीक्षा उत्तीर्ण झालेल्या व्यक्तींचा समावेश केला जातो.

५) रचनात्मक बेरोजगारी (Structural Unemployment) : अर्थव्यवस्थेत रचनात्मक बदल झाल्यास, दोष असल्यास अशा प्रकारची रचनात्मक बेरोजगारी निर्माण होते. उदा. संगणकाच्या वापरामुळे बेरोजगारी निर्माण होऊ शकते. त्याचप्रमाणे रोजगाराच्या शक्यता व संधीही निर्माण होतात. अर्थव्यवस्थेत तंत्रज्ञानात्मक किंवा धोरणात्मक बदल झाल्यास त्यामुळे निर्माण होणाऱ्या बेरोजगारीस रचनात्मक बेरोजगारी असे म्हणतात.

६) घर्षणात्मक बेरोजगारी (Frictional Unemployment) : उत्पादनसंस्थेच्या धोरणात्मक बदलामुळे किंवा मागणी / उत्पादन तंत्र यात बदल झाल्यास अथवा कामगाराने अन्य व्यवसायात / उत्पादनसंस्थेत नव्याने काम स्वीकारायचे ठरविल्यास काही काळासाठी कामगारास बेरोजगार व्हावे लागते. यास घर्षणात्मक बेरोजगारी असे म्हणतात.

७) न्यून बेरोजगारी (Underemployment) : विशिष्ट कौशल्य असलेली व्यक्ती जर तिच्या क्षमतेपेक्षा कमी वेतनावर काम करीत असेल किंवा अर्धवेळ काम करीत असेल तर त्यास न्यून बेरोजगारी असे म्हणतात. न्यून बेरोजगारीमुळे कामगाराच्या कौशल्याचा, अनुभवाचा व शिक्षणाचा पुरेपूर वापर उत्पादनकार्यात होत नाही.

८) चक्रीय बेरोजगारी (Cyclical Unemployment) : व्यापार - चक्रांमुळे निर्माण होणाऱ्या बेरोजगारीस चक्रीय बेरोजगारी म्हणतात. आर्थिक मंदीच्या काळात उत्पादनात घट होते. परिणामी रोजगारही घटतो. अशा प्रकारच्या बेरोजगारीचा उल्लेख चक्रीय बेरोजगारी असा केला जातो.

३.६.२ बेरोजगारीची कारणे (Causes of Unemployment) :

१) औद्योगिकीकरणाचा मंद वेग : औद्योगिकीकरणाचा मंद वेग हे बेरोजगारीचे महत्त्वाचे कारण आहे. पंचवार्षिक योजनेच्या सुरुवातीच्या वर्षात मूलभूत व अवजड उद्योगांवर भारताने भर दिला. उपभोग्य वस्तूंचे उत्पादन व पायाभूत सेवा व सुविधा याकडे भारताचे दुर्लक्ष झाले. १९९१ नंतर भारताने नवीन औद्योगिक धोरणाचा पुरस्कार केलेला आहे. त्यानंतर रोजगाराच्या नवीन संधी निर्माण होत आहेत. तसेच भारताच्या स्थूल राष्ट्रीय उत्पादनवाढीचा दरही कमी होता. यामुळे रोजगारावर अनिष्ट परिणाम झाला.

२) अतिरिक्त लोकसंख्या : भारताची लोकसंख्या २०११ मध्ये १२० कोटी होती. अतिरिक्त लोकसंख्येचा भार उत्पन्न, उत्पादन व रोजगार यावर पडतो. जेवढ्या प्रमाणात लोकसंख्येत वाढ होते, तेवढ्या प्रमाणात रोजगार निर्माण होत नाही. त्यामुळे लोकसंख्या वाढीबरोबर बेरोजगारांच्या संख्येतही वाढ होत आहे.

३) कृषी क्षेत्रावरील भर : भारताच्या एकूण श्रमशक्तीपैकी ५८% लोक उपजीविकेसाठी प्रत्यक्ष व अप्रत्यक्षरीत्या कृषी क्षेत्रावर अवलंबून आहेत. भारतातील शेती पावसाच्या लहरीवर अवलंबून असते, त्यामुळे कृषी क्षेत्रात हंगामी व छुप्या बेरोजगारीचे प्रमाण अधिक असते.

४) निरक्षरता : भारतात निरक्षरतेचे प्रमाण अद्यापही मोठे आहे. परिणामी निरक्षर व्यक्तींना मानवी श्रमावर आधारित व अकुशल कामे करावी लागतात. त्यांचे वेतनही कमी असते. व्यावसायिक शिक्षणाचा अभाव व निरक्षरता यामुळे बेरोजगारीचे प्रमाण वाढते.

५) यांत्रिकीकरण : कृषी क्षेत्र, बांधकाम, खाणकाम, कारखानदारी इ. क्षेत्रांत मोठ्या प्रमाणात यांत्रिकीकरण होत आहे. अकुशल व निरक्षर व्यक्तींना या क्षेत्रात मिळणारा रोजगार दिवसेंदिवस कमी होत आहे.

६) लघुउद्योग व ग्रामोद्योगांचा ऱ्हास : लघुउद्योग व ग्रामोद्योगात श्रमप्रधान तंत्रज्ञानाचा वापर मोठ्या प्रमाणात केला जातो. परंतु, हे उद्योग अनेक अडचणींमुळे बंद किंवा कमी झाल्याने या उद्योगातून निर्माण होणारा रोजगारही कमी झाला.

७) शैक्षणिक अपयश : निरनिराळ्या क्षेत्रांत (कारखानदारी, कृषी, बांधकाम इ.) कुशल कामगारांना मागणी असते. परंतु, व्यावसायिक कौशल्ये विकसित करण्याच्या कामी अपयश आल्यामुळेही बेरोजगारीच्या प्रमाणात वाढ झाली. कामगारांना प्रशिक्षण देणे, अनौपचारिक शिक्षणपद्धतीतून व्यवसायावर आधारित कौशल्ये विकसित करणे या कामी अद्यापही म्हणावे तसे यश प्राप्त झालेले नाही. त्यामुळे बेरोजगारीत वाढ झालेली आहे.

३.६.३ बेरोजगारी संबंधात उपाययोजना (Measures for Removal of Unemployment) :

१) रोजगार हमी योजना : या योजनेची सुरुवात २ ऑक्टोबर १९९३ रोजी करण्यात आली. या योजनेचे प्रमुख उद्दिष्ट म्हणजे शारीरिक श्रमाच्या बदल्यात आर्थिक विकास कामे करणे व लोकसंख्येला रोजगार पुरविणे हे आहे. प्रामुख्याने दारिद्र्यरेषेखालील व्यक्तींना रोजगार पुरविणे हा या योजनेचा प्रमुख हेतू आहे. जिल्हा परिषदेमार्फत ही

योजना राबविण्यात येते. ७५ : २५ या प्रमाणात अनुक्रमे केंद्र व राज्य सरकारांनी या योजनेसाठी खर्च करावयाचा आहे. पाणलोट क्षेत्र विकास, पिण्याचे पाणी, लघु पाणीपुरवठा प्रकल्प, मृद्संधारण, रस्ते बांधणी, वनीकरण या स्वरूपाची कामे या योजनेच्या अंतर्गत केली जातात.

२) महात्मा गांधी राष्ट्रीय ग्रामीण रोजगार हमी योजना : (Mahatma Gandhi National Rural Employment Guaranttee Act - MNREGA) शारीरिक श्रम स्वेच्छेने करण्याची तयारी असलेल्या व्यक्तीस वर्षातील किमान १०० दिवस रोजगार पुरविण्याची हमी या योजनेद्वारे देण्यात आलेली आहे. 'मनरेगा' या संक्षिप्त नावाने ही योजना ओळखली जाते. २००५ मध्ये या योजनेस सरकारने कायद्याचे स्वरूप दिले. २००६ पासून देशातील २०० जिल्ह्यांमध्ये ही योजना राबविण्यात येत असून क्रमाक्रमाने ती देशभर लागू केली जात आहे. २०१२ पर्यंत या योजनेद्वारे ६०.६१ लाख कामे ग्रामीण भागात चालू असून ग्रामीण भागात रोजगारनिर्मिती करण्याचे कामी या योजनेने महत्त्वपूर्ण कामगिरी केलेली आहे.

३) सेवा क्षेत्रात वाढ : भारतात सकल राष्ट्रीय उत्पादनात सेवा क्षेत्राचा वाटा सर्वाधिक आहे, व या क्षेत्राच्या वाढीचा दरही वार्षिक ५.००% इतका आहे, त्यामुळे रोजगाराच्या संधी पुढील क्षेत्रात उपलब्ध करून देण्याचे सरकारचे श्रमविषयक धोरण राहील. पुढील क्षेत्रांत प्रत्यक्ष व अप्रत्यक्ष रोजगाराच्या संधी उपलब्ध होण्याची शक्यता अधिक आहे. माहिती तंत्रज्ञान क्षेत्र, दूरसंचार, पर्यटन, आरोग्य सेवा, शिक्षण, बांधकामाशी संबंधित सेवा, बँका, विमा, किरकोळ व्यापार जनसंपर्क माध्यमे, इ.

४) नॅशनल कमिशन फॉर एण्टरप्राइजेस इन दी अनऑर्गनाईज्ड सेक्टर (NCEUS) **:** असंघटित क्षेत्रातील उद्योग व व्यवसाय यासाठी २००४ मध्ये सरकारने हा राष्ट्रीय आयोग स्थापन केला आहे. देशातील एकूण श्रमशक्तीपैकी ९३% श्रमशक्ती ही या असंघटित क्षेत्रात काम करते. असंघटित क्षेत्रातील व्यवसायांच्या विकासामुळे मोठ्या प्रमाणावर रोजगारनिर्मिती होऊ शकते हे लक्षात घेऊन या राष्ट्रीय आयोगाने १३ कलमी कार्यक्रम सुचविलेला आहे. सरकारच्या श्रम धोरणात याचा समावेश केलेला आहे. (एम्प्लॉयमेंट परस्पेक्टीव्ह ॲण्ड लेबर पॉलिसी, प्लॅनिंग कमिशन, पृ.८१) राष्ट्रीय आयोगाने रोजगारनिर्मितीसाठी सुचविलेला १३ कलमी कार्यक्रम पुढीलप्रमाणे-

(अ) (१) कृषी व अकृषी क्षेत्रातील कामाच्या किमान शर्ती ठरविणे
(२) सामाजिक सुरक्षेच्या किमान पातळीची हमी देणे

(ब) (३) सीमान्त व लहान शेतकऱ्यांसाठी विशेष कार्यक्रम आखणे
(४) सीमान्त व लहान शेतकऱ्यांसाठी जमीन व पाणी व्यवस्थापन करणे

(५) सीमान्त व लहान शेतकऱ्यांना कर्जपुरवठा करणे
(६) राज्य स्तरावर कृषी कर्ज निवारण आयोग स्थापन करणे
(क) (७) अकृषी क्षेत्राच्या कर्जपुरवठ्यात सुधारणा करणे
(८) स्व मदत गटांना प्रोत्साहन देणे
(९) कृषी व अकृषी क्षेत्रासाठी राष्ट्रीय निधी स्थापन करणे
(१०) विशेष आर्थिक क्षेत्राप्रमाणे परंपरागत उद्योग क्षेत्रे स्थापन करणे
(ड) (११) स्वयंरोजगार योजना अधिक सक्षम करणे
(१२) 'मनरेगा' योजना देशातील सर्व जिल्ह्यांना लागू करणे
(१३) रोजगार कौशल्ये विकसित करणे

५) उत्पन्न, दारिद्र्य व रोजगार यातील संबंध : राष्ट्रीय नमुना पाहणीच्या ५५ व्या पाहणीनुसार एकूण श्रमशक्ती (Work force) पैकी खुल्या बेरोजगारीचे प्रमाण २.८१% इतके होते, परंतु रोजंदारी (Current Daily Status) स्वरूपाच्या बेरोजगारीचे प्रमाण ७.३२% इतके होते. वर्षातील कामाच्या काही दिवसांत दररोज किंवा रोजंदारीवर काम करणाऱ्या व्यक्तींचा यात समावेश होतो. अशा स्वरूपाच्या बेरोजगारीचे प्रमाण अधिक आहे. राष्ट्रीय नमुना पाहणीच्या ५५ व्या पाहणीनुसार भारतात दारिद्र्यरेषेखालील व्यक्तीचे प्रमाण २००४-०५ मध्ये एकूण लोकसंख्येच्या २६.१०% इतके होते. रोजंदारी स्वरूपाच्या बेरोजगारीचे प्रमाण ७.३२% आणि दारिद्र्यरेषेखाली जगणाऱ्यांचे प्रमाण २६.१० इतके होते. याचाच अर्थ रोजगार नसलेल्या व्यक्तींची संख्या २६.१० - ७.३२ = १८.७८ इतकी होते. याचाच अर्थ दारिद्र्यरेषेखालील व्यक्तींना रोजगार संधी उपलब्ध करून देणे हे श्रम धोरणाचे उद्दिष्ट असले पाहिजे. राष्ट्रीय नमुना पाहणीत असेही आढळून आले आहे, कृषी व अकृषी क्षेत्रातील व्यक्तिंच्या वेतनात १९९९-२००० ते २००४-०५ या काळात घट झालेली आहे. दारिद्र्य व रोजगार यांचा संबंध असल्याने दारिद्र्यरेषेखालील लोकसंख्येला रोजगार संधी, रोजगार कौशल्ये इ. वर नॅशनल कमिशन फॉर एण्टरप्राइजेस इन अनऑर्गनाइज्ड सेक्टर (NCEOS) या राष्ट्रीय आयोगाने सुचविलेल्या १३ कलमी योजनेत भर दिलेला आहे.

स्वाध्याय

लघुत्तरी प्रश्न

१) दारिद्र्याची संकल्पना स्पष्ट करा.
२) दारिद्र्यरेषा म्हणजे काय?
३) बेरोजगारी दर म्हणजे काय?

४) छुपी बेरोजगारी म्हणजे काय ?

५) 'मनरेगा' योजना म्हणजे काय ?

दीर्घोत्तरी प्रश्न

१) भारतातील दारिद्र्याची कारणे स्पष्ट करा.

२) भारतात दारिद्र्य निर्मूलनासाठी कोणत्या उपाययोजना करण्यात आलेल्या आहेत ते लिहा.

३) भारतातील बेरोजगारीची कारणे विशद करा.

४) बेरोजगारीचे प्रकार स्पष्ट करा.

५) भारतातील बेरोजगारी दूर करण्यासाठी केलेल्या उपाययोजनांचा आढावा घ्या.

४ कृषी
(Agriculture)

४.१ कृषीचे स्थान (Place of Agriculture in Indian Economy) :

भारतीय अर्थव्यवस्था ही कृषीवर आधारित आहे. भारताच्या ३२.८७ कोटी हेक्टर भूभागापैकी १४.१ कोटी हेक्टर क्षेत्र निव्वळ लागवडीखाली असून जवळपास ५७% लोकसंख्या प्रत्यक्ष व अप्रत्यक्षपणे उपजीविकेसाठी कृषी क्षेत्रावर अवलंबून आहे.

राष्ट्रीय अर्थव्यवस्थेत कृषीचे महत्त्व :-

कृषी हा देशातील सर्वांत मोठा उद्योग व मानवी जीवनाचा पोषणकर्ता म्हणून ओळखण्यात येतो. राष्ट्रीय अर्थव्यवस्थेत कृषीक्षेत्राचे महत्त्व पुढील घटकांच्या आधारावर विशद करणे महत्त्वाचे ठरेल.

१) राष्ट्रीय उत्पन्नात कृषीचा हिस्सा – भारताच्या राष्ट्रीय उत्पन्नामध्ये कृषी क्षेत्राचा सहभाग हा नेहमीच महत्त्वपूर्ण राहिलेला आहे. १९५०-१९५१ आणि १९७०-१९७१ या दरम्यान स्थूल देशांतर्गत उत्पादनात हा भाग अनुक्रमे ५५% ते ४४.०३%

इतका राहिलेला होता. परंतु, २०११-२०१२ मध्ये हा भाग १३.९% इतका होता. स्थूल देशांतर्गत उत्पादनात कृषिक्षेत्राचा हिस्सा कमी होण्याचे कारण इतर क्षेत्रांतील (सेवाक्षेत्र व उद्योगक्षेत्र) भागांत झालेली वाढ होय.

तक्ता क्र. १

स्थूल देशांतर्गत उत्पादनातील (GDP) कृषिक्षेत्राचा वाटा

वर्ष	स्थूल देशांतर्गत उत्पादनातील कृषी क्षेत्राचा वाटा (%)
१९५०-५१	५५.०१
१९७०-७१	४४.०३
१९९०-९१	३१.०४
१९९९-२०००	२५.००
२००७-०८	१७.०८
२००८-०९	१७.०२
२००९-१०	१४.०६
२०१०-११	१४.०५
२०११-१२	१३.०९

टीप :- *कृषिक्षेत्राच्या हिश्शात कृषी, पशुपालन, वन आणि मात्स्यिकी यांचा समावेश होतो.*

(**संदर्भ :-** *इंडियन इकॉनॉमी, दत्त-सुंदरम्, आवृत्ती ४९, २०१२)*

२) भारतीय कृषी आणि रोजगाराचे साधन – कृषी प्रत्यक्ष व अप्रत्यक्ष अशा दोन्ही प्रकारे रोजगार निर्माण करते. भारतात झालेल्या जनगणनांद्वारे उपलब्ध झालेल्या आकड्यांचा विचार करता १९५१ मध्ये एकूण श्रमिकांच्या ७०% श्रमिक कृषी क्षेत्रात कार्यरत होते. २००१ मध्ये हे प्रमाण ५९% इतके होते. दहाव्या पंचवार्षिक योजनेत ५७% श्रमिक कृषी क्षेत्रात कार्यरत होते. २०११ च्या जनगणनेनुसार देशात जवळजवळ ५२% लोकांना कृषी क्षेत्रात रोजगार प्राप्त झालेला आहे.

३) औद्योगिक विकासास साहाय्यक – भारतीय कृषी व उद्योगांमध्ये परस्परावलंबन असल्याचे दिसून येते. कृषी उत्पादित माल उद्योगांमध्ये कच्चा माल म्हणून वापरला जातो. यामध्ये कापूस, तेलबिया, ऊस, तंबाखू इ. त्याचप्रमाणे उद्योगांमध्ये

तयार होणारे उत्पादन शेतीमध्ये वापरात आणले जाते. जसे खते, मशिन्स व अवजारे, वीज इ. त्यामुळे कृषिक्षेत्राचा विकास हा औद्योगिक विकासासाठी उपयुक्त ठरतो.

४) आंतरराष्ट्रीय व्यापारात कृषी क्षेत्राचे महत्त्व - आंतरराष्ट्रीय व्यापाराच्या बाबतीत कृषिक्षेत्र भारतामध्ये महत्त्वपूर्ण आहे. भारतातून चहा, कॉफी, तांदूळ, कापूस, तंबाखू, काजू, मसाले, फळे, भाजीपाला, साखर, मांस, मासे, अंडी इ. ची निर्यात केली जातो. १९५०-५१ मध्ये एकूण निर्यातीत जवळजवळ ५०% इतका हिस्सा कृषिक्षेत्राचा होता.

तक्ता क्र. २

भारताच्या एकूण निर्यातीत कृषी वस्तूंचा वाटा

वर्ष	कृषी व संबंधित वस्तूंचा हिस्सा
१९५०-५१	५०%
१९८०-८१	३५.५%
२००३-०४	१२.४१%
२००४-०५	१०.०५%
२००६-०७	१०.०३%
२००७-०८	०९.०३%

(संदर्भ : *इंडियन इकॉनॉमी, दत्त-सुंदरम्, २०१२*)

निर्यातीसोबत आवश्यकतेनुसार धान्य (गहू, तांदूळ) तसेच वनस्पती तूप, साखर (आवश्यकतेनुसार) खाद्य तेल इ. ची आयातही केली जाते. २००४-२००९ च्या विदेशी व्यापार धोरणात (७ व्या) फळे, भाज्या, फुले, वनउत्पादने इ. वस्तूंच्या निर्यातीस चालना देण्यासाठी 'विशेष कृषी उत्पादन योजना' सुरू करण्यात आलेली आहे.

५) खाद्यान्न पूर्ती - देशाच्या लोकसंख्येच्या वाढीबरोबर खाद्यान्नाचीही मागणी वाढत आहे. तेव्हा खाद्यान्नाच्या बाबतीत देश स्वयंपूर्ण असणे आवश्यक आहे. गेल्या काही वर्षांमध्ये भारताने खाद्यान्नाच्या बाबतीत स्वयंपूर्णता प्राप्त केली व काही प्रमाणात खाद्यान्नाची निर्यातही केली. २०११-१२ मध्ये २५२.५६ मि. टन इतका अन्नधान्याचा साठा होता.

६) कृषीचे दारिद्र्यनिर्मूलनाबाबत योगदान – भारतामध्ये दारिद्र्याचा विचार उष्मांकाच्या उपभोगाच्या आधारावर केला जातो. अन्नधान्याच्या उत्पादनामध्ये वाढ झाल्यास प्रतिव्यक्ती उपलब्धतेमध्ये वाढ होईल, त्याचप्रमाणे अन्नधान्याच्या किमती मर्यादित ठेवण्यात सरकारला यश मिळेल व त्यामुळे दारिद्र्याच्या प्रमाणात घट होईल.

७) मुद्रास्फितीवर नियंत्रण – भारतीय शेती ही अर्थव्यवस्थेच्या विकासाची गुरुकिल्ली आहे. शेती उत्पादनामध्ये वाढ घडवून सामान्य लोकांच्या जीवनस्तरामध्ये वाढ करता येते, त्याचप्रमाणे कृषी उत्पादनाची विशेषत: अन्नधान्य, भाजीपाला व तेलबियांची किंमतवाढ अर्थव्यवस्थेत मुद्रास्फितीला कारणीभूत ठरते, तेव्हा देशातील मुद्रास्फितीवर नियंत्रण ठेवण्यासाठी कृषी उत्पादनामध्ये वाढ करणे आवश्यक ठरते.

४.२ कृषी उत्पादकता – कमी उत्पादकतेची कारणे व उपाययोजना (Agricultural Productivity - Causes of Low Productivity and Measures) :

कृषीची उत्पादकता म्हणजे शेतजमिनीची उत्पादन करण्याची क्षमता होय. कृषीची उत्पादकता दोन पद्धतींनी स्पष्ट करता येते.

१) दर हेक्टरी कृषी क्षेत्रातील उत्पादन

२) प्रत्येक शेतमजुरामागे होणारे सरासरी उत्पादन

पहिल्या प्रकारात शेतजमिनीत होणाऱ्या एकूण उत्पादनाला जमिनीच्या क्षेत्रफळाने (हेक्टरमध्ये) भागले असता दर हेक्टरी उत्पादकता मिळते.

$$दर\ हेक्टरी\ उत्पादकता = \frac{शेतीतील\ एकूण\ उत्पादन}{एकूण\ क्षेत्रफळ\ (हेक्टर)}$$

दर दुसऱ्या प्रकारात शेतजमिनीतील उत्पादन व त्यासाठी वापरलेल्या एकूण श्रमिकांची संख्या यांचे गुणोत्तर म्हणजे प्रतिश्रमिक उत्पादकता होय.

$$प्रति\ श्रमिक\ उत्पादकता = \frac{शेतीतील\ एकूण\ उत्पादन}{श्रमिकांची\ संख्या}$$

भारतीय कृषीची प्रतिहेक्टरी व प्रतिश्रमिक उत्पादकता कमी आहे. याची कारणे मागील घटकात अभ्यासली आहेत. भारतात स्वातंत्र्योत्तर काळात व विशेषत: १९६५ नंतर शेतीच्या उत्पादनात वाढ झाल्याने प्रतिहेक्टरी उत्पादकतेत सुधारणा झाली. मात्र, अशी वाढ झाली असली तरी इतर देशांशी तुलना करता ती कमीच आहे असे दिसते,

तसेच प्रतिश्रमिक उत्पादकतेच्या बाबतीत शेती व्यवसायातील श्रमिकांची उत्पादकता उद्योग, व्यापार व सेवा क्षेत्रातील श्रमिकांपेक्षा कमी आहे.

कृषीच्या कमी उत्पादकतेची कारणे -

भारतातील कृषीच्या कमी उत्पादकतेची तीन घटकांत विभागणी करता येते : अ) सर्वसाधारण घटक, ब) संस्थात्मक घटक, क) तांत्रिक घटक

अ) सर्वसाधारण घटक (General Factors)

१) लोकसंख्येचा अतिरिक्त भार - भारतात शेतीवर अवलंबून असणाऱ्या लोकसंख्येचे प्रमाण मोठे आहे. उत्पादनात कोणत्याही प्रकारची भर न टाकणाऱ्या छुप्या बेकारीच्या स्वरूपात असलेली लोकसंख्या फार मोठी आहे. त्यांची उत्पादकता शून्य आहे, तसेच वाढत्या लोकसंख्येमुळे होणाऱ्या जमिनीच्या तुकडीकरणामुळेही शेती करणे तोट्याचे होऊन उत्पादन कमी राहिलेले आहे.

२) प्रतिकूल ग्रामीण वातावरण - कृषी व्यवसाय हा ग्रामीण भागात मोठ्या प्रमाणावर आहे. मात्र, ग्रामीण भागात या क्षेत्राच्या प्रगतीच्या दृष्टीने अनुकूल असे वातावरण नाही. अंधश्रद्धा, अज्ञान, दैववाद मोठ्या प्रमाणावर अस्तित्वात आहे. विज्ञाननिष्ठ दृष्टिकोनाचा/प्रगती करण्याच्या दृष्टीने आवश्यक असलेल्या मानसिकतेचा या लोकांत अभाव असल्याचे दिसते, त्यामुळे आधुनिकीकरणाद्वारे प्रगती करण्याची धडपड समाजात दिसत नाही.

३) बाजारपेठेची अनिश्चितता - शेतमालाची बाजारपेठ प्रामुख्याने मध्यस्थांच्या हातात आहे. सामान्य शेतकरी आपला माल जास्त करून गावाच्या जवळपास विकतो. उत्पादन वाढल्यास मध्यस्थ कमी भावात खरेदी करतात. भारतातील शेतमाल किंमतविषयक धोरणाला शेतमालाच्या किमतीत होणारे चढ-उतार व त्यातून शेतकऱ्यांचे होणारे नुकसान टाळण्यात फारसे यश आलेले नाही.

४) अपुरा भांडवलपुरवठा - शेतीसाठी कर्ज देण्यासाठी सहकारी संस्था, व्यापारी बँका, प्रादेशिक ग्रामीण बँका आणि भूविकास बँका अशा संस्था काम करीत आहेत, तरीही त्यापासून मिळणाऱ्या पतपुरवठ्यामुळे शेती उत्पादनासाठी पुरेसा निधी उपलब्ध होत नाही.

५) उत्पादक गुंतवणुकीचा अभाव - शेतीत सुधारणा करण्यासाठी करण्यात येणारी गुंतवणूक मर्यादित आहे, कारण अशा गुंतवणुकीपासून मिळणाऱ्या लाभांचे प्रमाण कमी आहे, तसेच मिळणारा लाभ हा हळूहळू मिळतो. शेतीत पुरेशा प्रमाणात उत्पादक गुंतवणूक होत नसल्याने उत्पादनवाढीस मर्यादित वाव आहे.

६) नैसर्गिक आपत्ती - वादळी वारे, अवेळी येणारा पाऊस, पूर व दुष्काळ अशा नैसर्गिक आपत्तींमुळे मोठ्या प्रमाणात पीक वाया जात असल्याने त्याचा उत्पादकतेवर प्रतिकूल परिणाम होतो.

ब) संस्थात्मक घटक (Institutional Factors) -

१) धारणक्षेत्राचा लहान आकार - भारतात शेतीचा सरासरी आकार २ हेक्टरपेक्षाही कमी आहे. लोकसंख्येच्या वाढीबरोबर आकार कमी होत चालला आहे. आकार लहान असल्यामुळे शेतकऱ्याला कमी उत्पन्न मिळते आणि शेतीत गुंतवणूक करण्यासाठी भांडवल उभारता येत नाही. संस्थात्मक कर्ज मिळणेही कठीण जाते, यामुळे आधुनिक तंत्र वापरणे शक्य होत नाही आणि उत्पादकता कमी राहते.

उत्पादकता वाढीसाठी उपाययोजना -

भारताला स्वातंत्र्य मिळाल्यानंतर शेतजमिनीची उत्पादकता वाढवून शेतीचा विकास घडवून आणण्याच्या दृष्टीने अनेक उपाययोजना करण्यात आल्या; त्यापैकी एक अत्यंत महत्त्वाची उपाययोजना म्हणजे जमीन सुधारणा होय.

मध्यस्थांचे उच्चाटन, कमाल जमीनधारणेवर मर्यादा, कूळविषयक सुधारणा इ. चा जमीन सुधारणांत समावेश होतो.

१) जमीनदारी निर्मूलन व घटनात्मक तरतुदी -

जमीन (शेती) हा विषय राज्य सरकारच्या अंतर्गत राज्यसूचीत असल्यामुळे जमीनदारी नष्ट करण्यासंबंधीचे कायदे करण्याचे अधिकार राज्य सरकारांना आहेत, यामुळे प्रत्येक राज्यात यासंबंधीचे कायदे केले गेले; या योजनेमुळे जमिनीची मालकी मिळाल्याने कुळाला जमिनीची शाश्वती मिळाली.

२) कूळहक्क विषयक सुधारणा -

जो कोणी दुसऱ्याच्या मालकीची जमीन खंडाने कसावयास घेतो त्याला 'कूळ' असे म्हणतात. जमीन मालकाला द्यावयाचा खंड मालक आणि कूळ यांच्यातील कराराने ठरविलेला असतो आणि तो रोख पैशाच्या स्वरूपात किंवा बटाई (खंडाच्या) स्वरूपात म्हणजे एकूण पिकातील वाट्याच्या स्वरूपात ठरविलेला असतो. कुळांचे तीन प्रकार आढळतात. कायम, तात्पुरती व पोटकुळे (कायम कुळांनी आपल्यामार्फत ज्यांना जमीन कसावयास दिलेली असते.) जमीन कसणाऱ्या कुळांना कूळ-हक्कांची शाश्वती व संरक्षण देणे, त्यांचा खंड निश्चित करणे आणि शेवटी कुळांना जमिनीची मालकी मिळेल अशी संधी देणे, ही उद्दिष्टे साध्य करण्यासाठी १९५०-५१ ते १९५६-५७ या काळात विविध राज्यांत कूळकायदे करण्यात आले.

महाराष्ट्रात १९३९ मध्ये पहिला कूळकायदा करण्यात आला. त्यानंतर १९४८, १९५७ ते १९६५ या कालावधीत त्यात अनेक सुधारणा करण्यात आल्या.

३) कमाल जमीन धारणा कायदा -

जमीनधारणेवर कमाल मर्यादा घालण्यासाठी १९५८ मध्ये संसदेने घटनादुरुस्ती करून प्रांतांनी जमीन धारणा कायदा पास करावा अशी शिफारस केली. सन १९६१-६२ पर्यंत भारतातील सर्व राज्यांनी कमाल जमीन धारणा कायदा पास केला. या कायद्यामुळे जवळजवळ ५७ लक्ष हेक्टर अतिरिक्त जमीन शासनाने ताब्यात घेतली व ती भूमिहीनांना वाटून देण्यात आली. कमाल जमीन धारणा ठरविण्याचे अधिकार राज्यांना दिले गेले. १९७२ नंतर शेतकरी कुटुंब हा जमीन धारणेचा आधार मानण्यात आला.

कमाल जमीन धारणेची मर्यादा प्रत्येक राज्यात वेगवेगळी आहे. कमाल जमीन धारणा कायदा पास करण्यामागे भारत सरकारचे पुढील उद्देश आहेत-

१) सामाजिक न्याय प्रस्थापित करणे

२) जमिनीचे समान वाटप करणे

३) श्रमप्रधान लागवडीस उत्तेजन देणे व ग्रामीण भागातील बेकारी हटविणे

४) वर्गहीन समाजव्यवस्था स्थापन करणे

भारतात १९७०-७१ मध्ये सरासरी जमीन धारणा २.२८ हेक्टर इतकी होती. १९९०-९१ मध्ये हे प्रमाण १.५७ हेक्टर व २०००-२००१ मध्ये जमीन धारण क्षेत्र (सरासरी) १.३२ हेक्टर इतके होते, त्याचप्रमाणे भारतात राजस्थान या राज्यात कमाल जमीन धारणेचे प्रमाण ३.६५ हेक्टर (२०००-२००१) इतके सर्वाधिक आहे. तर केरळ या राज्यात सर्वांत कमी म्हणजे ०.२४ हे. इतके प्रमाण आहे. महाराष्ट्रात २०००-०१ मध्ये कमाल जमीन धारणेचे प्रमाण १.५७ हेक्टर इतके आहे.

महाराष्ट्रात पहिला जमीन धारणा कायदा २६ जानेवारी १९६२ रोजी लागू केला. दुसरा जमीन धारणा कायदा २ ऑक्टोबर १९७५ रोजी करण्यात आला.

४) मृदूसंधारण -

भारतात वारा, पूर, वादळे, वृक्षतोड, खाणकाम, बांधकाम इ.मुळे जमिनीची धूप होण्याचे प्रमाण एकूण जमिनीच्या जवळपास ४५% आहे. यासाठी मृदूसंधारण व वनीकरण कार्यक्रम हाती घेतलेले आहेत. जलसंधारणासाठीही हे कार्यक्रम उपयुक्त आहेत.

५) पर्जन्याश्रयी शेती यासारख्या विकासकामांकरिता सिंचन आणि त्याच्या पद्धती -

शेती विकासाच्या दृष्टीने जलसिंचनाचे महत्त्व लक्षात घेऊन भारतात नियोजन

काळापासून जलसिंचन सुविधांचा विकास करण्यावर भर देण्यात आला आहे.

नियोजन आयोगाने १९७८-७९ पासून जलसिंचन प्रकल्पांचे वर्गीकरण मशागतयोग्य लाभक्षेत्राच्या (Culturable Command Area - CCA) आधारे केले आहे.

१) मोठे जलसिंचन प्रकल्प - लाभ क्षेत्र १०,००० हेक्टरपेक्षा जास्त

२) मध्यम जलसिंचन प्रकल्प - लाभ क्षेत्र २,००० ते १०,००० हे. दरम्यान

३) लघु जलसिंचन प्रकल्प - लाभ क्षेत्र २,००० हेक्टरपर्यंत

भारतात नवव्या पंचवार्षिक योजनेत (१९९७-२००२) एकूण सिंचनक्षमता क्षेत्र ९३.९५ मिलियन हेक्टर इतके होते व त्यापैकी ८१.०० मि.हे. क्षेत्र उपयोगात आलेले होते. १० व्या पंचवार्षिक योजनेत हेच प्रमाण अनुक्रमे १०२.७७ मि.हे. व ८७.२३ मि. हे. इतके होते.

महाराष्ट्रात ६४ मोठे, १८२ मध्यम व २४०० लघु प्रकल्प आहेत. महाराष्ट्रातील सर्वांत मोठा जलसिंचन प्रकल्प 'जायकवाडी प्रकल्प' असून त्याचे लाभक्षेत्र २ लाख हेक्टर पेक्षा अधिक आहे.

ज्या लघुपाटबंधारे प्रकल्पांचे सिंचन क्षेत्र (लाभक्षेत्र) १०० हेक्टर पर्यंत आहे अशा प्रकल्पांना 'लघुपाटबंधारे (स्थानिक क्षेत्र) योजना' असे म्हणतात.

जलसिंचनाचे प्रमुख उद्देश -

१) पाण्याच्या उगमापासून शेतापर्यंत पाणी वाहून नेणे

२) शेतामध्ये व शेताच्या पोट हिश्शांमध्ये पाण्याचे विभाजन व वितरण करणे

३) पाण्याचे नियंत्रण व मापन करण्याची सोय करणे

४) पिके व माती थंड ठेवण्यासाठी-तुषार सिंचन करणे

६) शेतीचे यांत्रिकीकरण - (Mechanization of Agriculture) -

शेतीत करण्यात येणाऱ्या तंत्रज्ञानाचा वापर व शेतीची उत्पादकता यामध्ये जवळचा संबंध आहे. आधुनिक शेतीमध्ये उत्पादकता वाढविण्यासाठी यांत्रिकीकरण महत्त्वाचे आहे.

भारतात १९६६ नंतर शेतीत आधुनिक तंत्रज्ञानाचा वापर करण्यास सुरुवात झाली.

यांत्रिकीकरणाचे लाभ (Advantages of Mechanization) -

१) उत्पादन व उत्पादकतेत वाढ

२) भारतातील शेतीतील अतिरिक्त श्रमिकांना इतर व्यवसायांकडे वळविणे

३) उत्पादन खर्चात घट

४) तंत्रज्ञानविषयक सुधारणांमुळे कृषी उद्योगांचा विकास होण्यास मदत

५) व्यावसायिक पद्धतीत बदल

६) सहकारी शेती व तुकडे बंदीच्या योजना यासारखे फायदे मिळतात.

यांत्रिकीकरणामध्ये ट्रॅक्टर, पाण्याचे पंप, नांगर, कापणी यंत्रे, मळणी यंत्रे, उपसा जलसिंचन, तुषार सिंचन, रासायनिक खते, बी-बियाणे, औषधे व कीटकनाशके यांचा समावेश होतो.

७) भारतीय कृषी अनुसंधान परिषद

(Indian Council of Agricultural Research) (ICAR)

भारतीय कृषी अनुसंधान परिषदेची स्थापना १६ जुलै १९२९ रोजी करण्यात आली. भारतात कृषी संशोधन व उत्पादनवाढीसाठी या परिषदेची भूमिका महत्त्वाची आहे. याचे मुख्य कार्यालय नवी दिल्ली येथे आहे. कृषी मंत्री हे या परिषदेचे पदसिद्ध अध्यक्ष असतात.

भारतात ९९ ICAR इन्स्टिट्यूट्स व ५३ कृषी विद्यापीठे आहेत.

उद्देश –

१) कृषीशास्त्रातील अनेक अभ्यासकक्षांत मूलभूत व व्यावहारिक संशोधन करणे

२) कृषीशास्त्रातील पदव्युत्तर अभ्यासाची सोय करणे

३) पदवीधारकांना प्रशिक्षण देऊन प्रशिक्षित अधिकारी पुरविणे

४) कृषीशास्त्रातील अद्ययावत ज्ञान व तंत्रे सामान्य शेतकऱ्यांपर्यंत पोहोचविणे

या संस्थेत जमिनीतील पोषक द्रव्यं, खतांचा जमिनीतील वापर, खत प्रक्रिया, फळझाडांचे उत्पादन, फळे, भाज्या व उपपदार्थ टिकविण्याचे तंत्र, पिकांवरील कीड व कीटक यांचा नाश करणारी रासायनिक औषधे व त्याविषयीचे कीटकशास्त्र, शेतीची अवजारे व तंत्रज्ञान, सेंद्रिय व हिरवी खते यांबद्दल ज्ञान इ. बाबींवर संशोधन होत असते.

४.३ हरितक्रांती – कामगिरी व अपयश (Green Revolution - Achievements and Failures)

१९६० च्या दशकात भारतातील कृषी क्षेत्रात नवीन तंत्र व यंत्रांच्या वापराने जे आमूलाग्र बदल घडून आले त्यास हरितक्रांती असे म्हटले जाते.

नवीन तंत्र आणि यंत्र याच्याशी मिळत्या जुळत्या नसणाऱ्या शेती करण्याच्या जुन्या व परंपरागत पद्धतींचा त्याग करून त्याऐवजी नवीन पद्धतींचा अवलंब करणे आणि त्याद्वारे शेतीतील उत्पादन वाढविणे हरित क्रांतीमुळे शक्य झाले.

१९६०-६५ च्या काळात मेक्सिको राष्ट्रातील कृषीतज्ज्ञ डॉ. नार्मन बकोरलॉग

यांना शेतीत वेगवेगळे प्रयोग करून शेती उत्पादनाबाबत आमूलाग्र बदल करून दाखवला व उच्च प्रतीच्या व कमी कालावधीत अधिक उत्पादन देणाऱ्या संकरित जातींची निर्मिती व प्रसार झाला. याचे अनुकरण इतर देशांनीही करण्यास सुरुवात केली, म्हणून डॉ. नार्मन बोरलॉग यांना जागतिक हरितक्रांतीचे जनक म्हटले जाते. भारतात असा प्रयोग सुरू करण्याचे श्रेय डॉ. एम. एस. स्वामीनाथन यांना जाते, (भारतीय हरितक्रांतीचे जनक) भारतात १९६६ मध्ये हरितक्रांती घडून आली.

कामगिरी :

१) शेतीवर सकारात्मक परिणाम : भारतात हरितक्रांती घडून आल्यानंतर कृषी क्षेत्राचे चित्र पार पालटून गेले. अन्नधान्याच्या उत्पादनामध्ये - प्रामुख्याने गहू व तांदूळ यांच्या उत्पादनामध्ये - प्रचंड वाढ झाली, बहुपीक पद्धतीचा अंगीकार करणे शक्य झाले, रासायनिक खतांचा वापर सुरू झाला, सुधारित व संकरित बी-बियाणे वापरण्याकडे कल निर्माण झाला, ग्रामीण भागातील शेतमजुरांना वर्षभर रोजगार उपलब्ध होऊ लागला, शेतीतील गुंतवणुका वाढविण्यास प्रारंभ झाला इ. सकारात्मक परिणाम हरितक्रांतीमुळे भारतात घडून आले.

२) तंत्रज्ञानातील बदल / यांत्रिकीकरण : शेतीक्षेत्राची उत्पादकता वाढून या क्षेत्राचा विकास घडून येण्यासाठी उत्पादन कार्यात आधुनिक अशा नवीन पद्धतींचा वापर करणे म्हणजेच तंत्रज्ञानातील बदल होय.

भारतात हरितक्रांती घडविण्यासाठी सुधारित व दर्जेदार बियाणांच्या वापरावर भर देण्यात आला. रासायनिक खते, सिंचन सोयी, नवीन तंत्र व यंत्रे, कीटकनाशके इ. च्या वापरावर भर देण्यात आला. यासाठी नव्या धोरणांचा स्वीकार करण्यात आला. ती पुढीलप्रमाणे -

प्रकर्षित जिल्हा विकास कार्यक्रम - (Internsive Agricultural District Programme IADP) - भारत सरकारने फोर्ड फाउंडेशनच्या समितीच्या शिफारशीवरून १९६०-६१ मध्ये हा कार्यक्रम देशातील ७ जिल्ह्यांना लागू करण्यात आला. १९६४-६५ मध्ये याच स्वरूपात प्रकर्षित कृषी प्रदेश कार्यक्रम (Intensive Agricultural Area Programme IAAP) देशातील इतर भागांत लागू केला गेला. या कार्यक्रमांतर्गत विशिष्ट पिकांच्या उत्पादनावर लक्ष केंद्रित केले गेले होते.

३) उच्च पैदाशीच्या तंत्राचा कार्यक्रम - (High Yielding Varieties Programme HYVP) - रासायनिक खतांच्या वापरामुळे व जलसिंचनाच्या सोयीमुळे अधिक उत्पादन देणाऱ्या बियाणांच्या तंत्रामुळे शेतीतून एका वर्षात दोन किंवा तीन-चार पिके घेणे शक्य झाले. हा कार्यक्रम १९७१ मध्ये १५ दशलक्ष हेक्टर्स जमिनीला लागू

करण्यात आला. १९९१ मध्ये एकूण लागवडीखालील जमिनीपैकी ६७ दशलक्ष हेक्टर्स शेती या कार्यक्रमाखाली आली. या कार्यक्रमांतर्गत बहुपीक पद्धती, अधिक उत्पादन, उत्पादनाचा कमी कालावधी इ. गोष्टी अंतर्भूत आहेत.

४) कृषी व उद्योगातील सहसंबंधात वृद्धी : उद्योगधंद्यासाठी अनेक प्रकारचा कच्चा माल कृषी क्षेत्रातून पुरविला जातो. परंतु, उद्योगधंद्यातून येणारा पक्का माल उदा. यंत्रसामग्री, ट्रॅक्टर, उपकरणे, जंतुनाशके, सुधारित बी-बियाणे, इ. ची मागणीही कृषी क्षेत्रातील हरितक्रांतीमुळे निर्माण झालेल्या आधुनिकीकरणामुळे वाढली.

५) उत्पादन व उत्पादकतेत वाढ : हरित क्रांतीची सर्वांत महत्त्वाची कामगिरी म्हणजे गहू व तांदूळ या दोन्ही महत्त्वाच्या अन्नधान्यांच्या बाबतीत उत्पादन आणि उत्पादकतेत वाढ झाली. अन्नधान्याच्या बाबतीत भारत स्वयंपूर्ण झाला. तांदळाच्या उत्पादनात १९६०-६१ ते २००९-१० पर्यंत दर हेक्टरी ११ क्विंटलपासून दर हेक्टरी २२ क्वि. पर्यंत वाढ झाली. तसेच गव्हाच्या बाबतीत १९६०-६१ ते २०१०-११ पर्यंत दर हेक्टरी ८.५ क्वि. पासून दर हेक्टरी २९.४ क्वि. पर्यंत वाढ झाली. त्यामुळे अन्नधान्याचे एकूण उत्पादन जे १९६०-६१ मध्ये ६९ द. ल. होते, ते २०१०-११ पर्यंत २४२ द. ल. इतके वाढले.

हरितक्रांतीचे अपयश :

१) भारतातील शेती अद्यापही पावसावरील जुगार : १९६०-६१ मध्ये हरितक्रांतीची सुरुवात झाली. १९७०-७१ मध्ये १०८ द. ल. टनाचे अन्नधान्याचे प्रचंड उत्पादन झाले. अन्नधान्याची आयात भारताने थांबविली परंतु १९७२-७३ मध्ये पुन्हा अन्नधान्यात घट (९५ द. ल. टन) झाली. तसेच १९७८-७९ मध्ये १३२ द. ल. टन तर १९७९-८० मध्ये १०९ द. ल. टन अन्नधान्याचे उत्पादन झाले. पावसाने अवकृपा केल्यास अन्नधान्याचे प्रमाण घटते असे दिसून आले आहे. याचाच अर्थ अद्याप भारतातील धान्य उत्पादन हे पावसावर अवलंबून आहे. केवळ उच्च पैदास बियाणे (HYV) यावर अन्नधान्य उत्पादन वाढ अवलंबून नाही.

२) भांडवलप्रधान उत्पादनतंत्र : हरित क्रांतीचा एकात्मिक क्षेत्र विकास कार्यक्रम (IADP) व उच्च पैदाशीच्या बियाणांचा कार्यक्रम (HYVP) या दोहोंत बी-बियाणे, जंतुनाशके, पाण्याचा वापर इ. भांडवलप्रधान उत्पादनतंत्र वापरणे आवश्यक असते. भारतातील ६% शेतकऱ्यांकडे देशातील लगावडीखालील क्षेत्रांपैकी ४०% क्षेत्र आहे. विंधन विहिरी, मोटार पंप, खते, बी-बियाणे यासाठी लागणारी कर्जे याचा वापर प्रामुख्याने या शेतकऱ्यांकडून होत आहे. त्यामुळे लहान व सीमान्त शेतकऱ्यांना हरितक्रांतीचा लाभ न होता तो काही मूठभर (६%) शेतकऱ्यांना होत आहे अशी टीका हरितक्रांतीवर केली जाते.

३) उत्पन्न विषमता : तंत्रज्ञानात्मक बदलामुळे हरितक्रांतीचा फायदा समाजातील काही थोड्या व्यक्तींना मिळाला. सी. एच. हनुमंतराव यांच्यासारख्या कृषी अर्थतज्ज्ञाने असे मत व्यक्त केले आहे की, हरितक्रांतीतील बदलामुळे कृषी क्षेत्रातील उत्पन्न विषमतेत वाढ झाली आहे.

४) बेरोजगारीत वाढ : हरितक्रांतीमुळे तंत्रज्ञानात्मक बदल घडून आले, परंतु यामुळे आधीच हंगामी व छुपी बेरोजगारी असलेल्या ग्रामीण भागात हरितक्रांतीमुळे बेरोजगारीत भर पडली अशी टीका केली जाते.

५) हरितक्रांती फक्त अन्नधान्यापुरती यशस्वी : हरितक्रांतीवर अशी टीका केली जाते की हरितक्रांती फक्त गहू व तांदूळ या अन्नधान्यांच्या बाबतीत यशस्वी म्हणता येईल, परंतु डाळींच्या बाबतीत उत्पादनवाढ होऊ शकली नाही. १९६०-६१ मध्ये १३ द.ल. टन एवढे डाळींचे उत्पादन झाले; २०१०-११ मध्ये त्यात फक्त १८ द. ल. टन एवढी वाढ होऊ शकली. त्यामुळे भारताला अद्यापही डाळींची आयात करावी लागते.

४.४ कृषी पतपुरवठ्याचे स्रोत (Sources of Agricultural Finances) :

कृषी पतपुरवठ्याची गरज (Need of Agricultural Credit) -

भारतीय शेतकऱ्यांच्या वित्तीय आवश्यकतांना पुढील तीन गटांत वर्गीकृत करता येईल. हे वर्गीकरण शेतकऱ्यांना कोणत्या उद्देशासाठी व कोणत्या वेळी कर्जाची आवश्यकता आहे हे लक्षात घेऊन त्या आधारावर केलेले आहे.

१) शेतकऱ्यांना शेती व घरगुती आवश्यकतांसाठी अशा कर्जाची आवश्यकता असते. साधारणत: १५ महिन्यांपर्यंतच्या अल्पकालीन स्वरूपाचे हे कर्ज असते. बी-बियाणे, खते, कीटकनाशके, जनावरांचा चारा इ. कारणांसाठी शेतकऱ्यांना अल्प मुदतीच्या कर्जाची आवश्यकता असते. अशा कर्जाची परतफेड पीक हाती आल्यानंतर त्याच्या विक्रीतून आलेल्या पैशातून लगेच केली जाते.

२) शेतकऱ्यांना जमीन सुधारणा, जनावरांची खरेदी, शेतीच्या अवजारांची खरेदी करण्यासाठी १५ महिने ते ५ वर्षे मुदतीच्या (मध्यम मुदतीच्या स्वरूपाच्या) कर्जाची आवश्यकता असते.

३) शेतकऱ्यांकडून अतिरिक्त जमीन खरेदी करण्यासाठी, जमिनीची दीर्घ स्वरूपाची सुधारणा करण्यासाठी, महाग कृषी यंत्रे खरेदी करणे, विहीर खोदणे इ. कारणांसाठी दीर्घ मुदतीची कर्जे उभारली जातात. ही कर्जे ५ वर्षांपेक्षा जास्त कालावधीसाठी घेतली जातात.

अजून एका बाजूने शेतकऱ्यांच्या कर्जासंबंधी आवश्यकतांना दोन वर्गांत विभागले जाऊ शकते. उत्पादक आणि अनुत्पादक कर्जे. उत्पादक कर्जांमध्ये अशा स्वरूपाच्या कर्जांचा समावेश होतो, जी शेतकऱ्यांना उत्पादन कार्य चालू ठेवण्यासाठी आवश्यक असतात. उदा. खते, बी-बियाणे खरेदी, मजुरांचे वेतन, शेतातील कायम स्वरूपाच्या सुधारणा अशा कारणांसाठी घेतली जाणारी कर्जे ही उत्पादन कार्यासाठी घेतली जातात. अशी कर्जे आर्थिक दृष्टीने योग्य ठरतात.

विवाह समारंभ, दाग-दागिने खरेदी, जन्म-मृत्युशी संबंधित कार्यक्रम इ. वर खर्च करण्यासाठी शेतकरी कर्ज घेत असतो. अशा खर्चामुळे उत्पादनवाढीस मदत होत नाही, त्यामुळे या कारणांसाठी घेतलेले कर्ज हे अनुत्पादक कर्ज होय. अशा कर्जाची परतफेड करण्यात अडचणी येतात.

कृषी पतपुरवठ्याचे स्रोत (Sources of Agricultural Credit) -

भारतातील शेतकऱ्यांना विविध कारणांसाठी व वेगवेगळ्या कालावधीसाठी कर्जाची गरज असते. शेतीसाठी ज्या विविध स्रोतांद्वारे पतपुरवठा केला जातो त्याची विभागणी संस्थात्मक स्रोत व बिगर संस्थात्मक स्रोत या दोन प्रकारांत केली जाते.

अ) संस्थात्मक स्रोत (Institutional Sources of Credit) -

संस्थात्मक कर्जांमध्ये अशा राशींचा समावेश होतो - ज्या सहकारी संस्था, व्यापारी बँका, प्रादेशिक ग्रामीण बँका यांच्यामार्फत दिल्या जातात. सध्या जवळजवळ ६५% कर्ज संस्थात्मक स्रोतातून उपलब्ध करून दिले जाते. २०११-१२ मध्ये ४,७५,००० कोटी रु. कर्ज संस्थात्मक स्रोतातून दिले गेले.

१) सरकार -

भारतात केंद्र व राज्य सरकारमार्फत शेतीला प्रत्यक्ष व अप्रत्यक्षपणे कर्जपुरवठा केला जातो. केंद्र व राज्य सरकार, राज्य सहकारी बँका व भूविकास बँकांना वित्तीय साहाय्यता देण्याव्यतिरिक्त 'तक्कावी कर्ज' (Taccavi Loans) ही उपलब्ध करून देते. महाराष्ट्रात याला तगाई कर्ज म्हटले जाते. ही कर्जे साधारणपणे दुष्काळ, पूर यासारख्या आपत्तीच्या वेळी दिली जातात. अशा कर्जावरील व्याजदर कमी असतो.

२) सहकारी संस्था -

सहकारी संस्थांकडून होणारा वित्तपुरवठा हा शेतीच्या दृष्टीने चांगला मार्ग असून, तो स्वस्तही आहे हे विचारात घेऊन सरकारने स्वातंत्र्यप्राप्तीनंतर सहकारी चळवळीच्या विकासास प्रोत्साहन देण्याचे धोरण राबविले आहे. प्राथमिक सहकारी पतसंस्था व भूविकास बँका अशा दोन सहकारी संस्थांकडून शेतीला वित्तपुरवठा केला जातो.

३) व्यापारी बँका (Commercial Banks) :

१९६९ नंतर १४ बँकांच्या राष्ट्रीयीकरणामुळे व्यापारी बँकांपासून मोठ्या प्रमाणात शेती क्षेत्राला कर्जपुरवठा होऊ लागला. १९५१-५२ मध्ये कृषी पतपुरवठ्यातील व्यापारी बँकांचा वाटा केवळ ०.९% होता. तो २०१०-११ मध्ये ७५% पर्यंत वाढला. २०१०-११ या वर्षी शेती क्षेत्रासाठी १४५८०१ कोटी रु. चा कर्जपुरवठा व्यापारी बँकांनी केलेला होता. शेती क्षेत्रासाठी कर्जपुरवठा करण्यासाठी व्यापारी बँकांचे योगदान सर्वाधिक आहे.

४) प्रादेशिक ग्रामीण बँका (Regional Rural Banks - RRBs) :

अल्पभूधारक व सीमांत शेतकरी, शेतमजूर, कारागीर यांना प्रत्यक्ष कर्ज उपलब्ध करून देण्यासाठी एम्. नरसिंहन यांच्या अध्यक्षतेखाली नेमलेल्या कार्यगटाच्या शिफारशीवरून २६ सप्टेंबर १९७५ रोजी प्रादेशिक ग्रामीण बँकेची स्थापना भारतात करण्यात आली. तसेच 'प्रादेशिक ग्रामीण बँक कायदा'-१९७६ (RRBs Act 1976) मध्ये करण्यात आला.

भारतात सिक्कीम व गोवा राज्यात RRBs नाहीत. १९८७ च्या केळकर समितीने नवीन RRBs स्थापन न करण्याची शिफारस केल्याने तेव्हापासून RRBs ची संख्या १९६ वर होती. (२००६-०७). २००५-०६ वर्षापासून RRBs च्या विलिनीकरणाचे प्रयत्न होत असल्याने त्यांची संख्या कमी होत आहे. २०१०-११ मध्ये भारतात केल्या जाणाऱ्या एकूण कृषी पतपुरवठ्यापैकी १०% कृषी पतपुरवठा प्रादेशिक ग्रामीण बँकांनी केलेला होता व ही रक्कम १९१४१ कोटी रु. इतकी होती.

(RBI ने १९७९ मध्ये श्री. बि. शिवरामन् यांच्या अध्यक्षतेखाली 'कृषी व ग्रामीण विकासासाठी संस्थात्मक पत व्यवस्थेसाठी आढावा समिती' स्थापन केलेली होती. या समितीच्या शिफारशीवरून नाबार्डची स्थापना करण्यात आलेली आहे.)

५) नाबार्ड (NABARD) व भूविकास बँक -

राष्ट्रीय कृषी व ग्रामीण विकास बँक (National Bank for Agriculture & Rural Development)

ग्रामीण भागाचा विकास करणे आणि कृषी वित्तपुरवठ्यातील विविध बँकांमध्ये समन्वय साधणे या हेतूने नाबार्डची स्थापना १२ जुलै १९८२ रोजी करण्यात आली. राष्ट्रीय पातळीवर कृषी व ग्रामीण विकास या क्षेत्रासाठी शिखर संस्था म्हणून नाबार्ड काम करते.

नाबार्डची कार्ये -

१) कृषी, ग्रामोद्योग, कुटीरोद्योग, हस्तकला आणि अन्य ग्रामीण उत्पादक क्षेत्रांना कर्ज देणाऱ्या संस्थांची पुनर्वित्त संस्था म्हणून नाबार्ड कार्य करते.

२) राज्य सहकारी बँका, प्रादेशिक ग्रामीण बँका, भूविकास बँका आणि रिझर्व्ह बँकेची मान्यता असलेल्या इतर वित्तीय संस्था यांना अल्पकालीन, मध्यमकालीन व दीर्घकालीन कर्जपुरवठा नाबार्ड करते.

३) सहकारी सोसायट्यांच्या भागभांडवलात सहभागी होण्यासाठी राज्य सरकारांना (२० वर्षांपर्यंत) दीर्घ मुदतीची कर्जे देते.

४) ही केंद्र सरकारद्वारे मान्यताप्राप्त अशा कोणत्याही संस्थेला दीर्घकालीन कर्ज देऊ शकते किंवा कृषी व ग्रामीण विकासाशी संबंधित कोणत्याही संस्थेच्या भाग-भांडवल किंवा प्रतिभूतींमध्ये गुंतवणुकीचे योगदान देऊ शकते.

५) केंद्र सरकार, राज्य सरकारे, योजना आयोग, कृषी/ग्रामीण विकास क्षेत्रात कार्य करणाऱ्या राज्यस्तरीय संस्था यांच्या प्रयत्नात सुसूत्रता आणण्याची जबाबदारी नाबार्डवर आहे.

६) नाबार्ड ग्रामीण व सहकारी बँकांची तपासणी करणे, तसेच शेती व ग्रामीण विकासाशी संबंधित अशा संशोधनाला मदत करण्याचेही कार्य करते.

७) शिखर संस्था म्हणून आणि पुनर्वित्त संस्था म्हणून नाबार्डला कृषी व ग्रामीण पतपुरवठ्याच्या बाबतीत दुहेरी भूमिका बजावावी लागते.

नाबार्डची स्थापना करून पुढील दोन गोष्टींचे एकत्रीकरण त्यात करण्यात आले.

अ) RBI चे कृषी पत विभाग व ग्रामीण नियोजन आणि पत-कक्ष हे विभाग

ब) कृषी पुनर्वित्त आणि विकास महामंडळ (ARDC) - (Agricultural Refinance & Development Corporation)

६) भूविकास बँक (Land Development Bank) :

शेतकऱ्यांच्या शेती विकासासाठी जमिनीच्या तारणावर शेत जमिनीत कायमस्वरूपी सुधारणा घडवून आणण्यासाठी दीर्घ मुदतीचा कर्ज पुरवठा करणारी, सहकारी तत्त्वावर स्थापन करण्यात आलेली, मर्यादित जबाबदारी तत्त्वावर काम करणारी संस्था म्हणजे भूविकास बँक होय. भूविकास बँकेची कामे -

१) दीर्घ मुदतीची कर्जे अल्प व्याजदराने उपलब्ध करून देणे

२) शेतजमीन खरेदी, कृषी यंत्रसामग्री खरेदी इ.साठी कर्ज देणे

३) शेतजमिनीत कायमची सुधारणा घडवून आणण्यासाठी. उदा. जमीन सपाटीकरण, विहीर खोदणे, सिंचन सुविधा करणे इ.साठी कर्जपुरवठा करणे

४) शेतमालाच्या साठवणुकीसाठी गोदामे बांधण्यासाठी कर्ज पुरवणे

५) शेती संलग्न उद्योगांना कर्जे देणे

६) शेतीवर आधारित प्रक्रिया उद्योगांना कर्जे पुरवणे

ब) राज्य/मध्यवर्ती भूविकास बँकांची कार्ये -

१) कार्यक्षेत्रातील प्राथमिक भूविकास बँकांना दीर्घ मुदतीचे कर्ज देणे

२) स्वतःच्या भांडवल उभारणीसाठी कर्जरोख्यांची विक्री करणे, ठेवी जमा करणे इ.

३) कार्यक्षेत्रातील प्राथमिक भूविकास बँकांच्या कार्याचे नियंत्रण, देखरेख, मार्गदर्शन करणे; तसेच, त्यांच्या व्यवहारांची तपासणी करणे

४) एका बाजूला नाबार्ड व सरकार तर दुसऱ्या बाजूला प्राथमिक भूविकास बँका यांमधील मध्यस्थाची भूमिका पार पाडणे

१९५१ साली देशात ५ राज्य भूविकास बँका होत्या, तर २८० प्राथमिक भूविकास बँका होत्या. त्यांनी केलेला कर्जपुरवठा ३ कोटी रु. इतका होता. त्यांची संख्या, ठेवी, कर्जपुरवठा इ. बाबी वेगाने वाढत होत्या. मार्च २०१० मध्ये देशात २० राज्य भूविकास बँका होत्या तर ६९७ प्राथमिक भूविकास बँका होत्या.

ब) बिगर संस्थात्मक स्रोत (Non-Institutional Source) :

या घटकामध्ये पुढील स्रोतांचा समावेश होतो.

१) सावकार (Moneylenders)

२) व्यापारी व कमिशन एजंट (Praders & Commission Agents)

३) नातेवाईक (Relatives)

४) भूस्वामी/जमीनदार व इतर (Landlords & others)

बिगर संस्थात्मक स्रोतांद्वारे अनुत्पादक कार्यासाठी कर्जपुरवठा मोठ्या प्रमाणात होतो. व्याजदर जास्त, लहान शेतकऱ्यांची कर्जपरतीची असमर्थता इ. दोष यात दिसून येतात.

या स्रोतांकडून शेतीला करण्यात आलेल्या पतपुरवठ्यात मोठ्या प्रमाणावर घट झालेली आहे.

४.५ कृषी विपणन - दोष व उपाययोजना (Agricultural Marketing - Defects and Measures) :

कृषी मालाची विक्री अगर विपणन करण्यात भारतातील शेतकऱ्याला अनेक अडचणी येतात.

कृषी विपणनातील दोष

१) शेतकऱ्यांकडे स्वतःचा शेतमाल ठेवण्यासाठी गोदामे नाहीत, ज्यात काही दिवस शेतमाल साठवणूक ठेवण्याची चांगली व्यवस्था असावी, जेणेकरून साठवलेला माल चांगल्या किमतीला विक्री करता येऊ शकेल.

२) शेतकऱ्याकडे स्वस्त परिवहन (Transport Facilities) सुविधा नाहीत.

३) शेतकऱ्याला बाजाराची सद्यःस्थिती व बाजार किमतीचे पूर्ण ज्ञान नाही.

४) व्यवस्थित व विनियमित बाजार व्यवस्थांचा (Organised & Regulated Markets) विकास झालेला नाही.

५) प्रमाणित वजन मापाचा वापर नसल्यामुळे शेतकऱ्याची फसवणूक होते.

६) मध्यस्थांची (intermediaries) संख्या जास्त असल्यामुळे शेतकऱ्याला योग्य मोबदला मिळत नाही.

७) शेतकरी मिळेल त्या किमतीला शेती माल विकतो; कारण चांगली किंमत मिळेपर्यंत थांबण्याची त्याची क्षमता नसते. शेतीमाल लवकरातलवकर विकून कर्जफेड करण्याची त्याला निकड असते.

८) नियंत्रित बाजारपेठांची संख्या कमी आहे.

कृषी विपणन उपाययोजना

१) अन्नधान्य साठवणुकीच्या सोयी – शेतकऱ्यांना माल साठवणुकीस मदत व्हावी म्हणून १९५६ मध्ये भारत सरकारने 'राष्ट्रीय सहकारी विकास व गोदाम महामंडळ' स्थापन केले. १९६७ मध्ये 'केंद्रीय गोदाम महामंडळ व राज्य गोदाम महामंडळ' स्थापन झाले.

२) प्रमाणित वजनमापाचा वापर – सर्व देशभर एकाच प्रमाणित वजन मापनाचा वापर करण्यासाठी व फसवणूक कमी होण्यासाठी सरकारने १९३९ मध्ये 'प्रमाणित वजन मापनाचा कायदा' पास केला गेला. याची अंमलबजावणी स्वातंत्र्यानंतर १९६२ पासून करण्यात आली.

३) प्रतवारी व प्रमाणीकरण – दर्जेदार मालाला चांगल्या किमती प्राप्त होण्यासाठी व मालामधील भेसळ कमी होण्यासाठी भारत सरकारतर्फे १९३७ मध्ये 'शेतमाल वर्गवारी व खरेदी-विक्री कायदा' करण्यात आला. या कायद्यानुसार विशिष्ट दर्जाच्या धान्यावर 'ॲगमार्क' हा सरकारी शिक्का मारला जातो.

४) सहकारी विपणन – शेतकऱ्यांनी अथवा उत्पादकांनी एकत्र येऊन शेतमालाच्या खरेदी-विक्रीसंबंधीची विविध कामे सहकाराच्या तत्त्वावर करणे याला 'सहकारी विपणन व्यवस्था' म्हणतात.

१९५४ मध्ये भारतात सहकारी विपणन समित्या (Co-operative Credit Societies) स्थापन करण्यात आल्या. महाराष्ट्रात १९५६ नंतर सहकारी तत्त्वावर शेतमालाची विक्री करण्यास सुरुवात झाली. आज महाराष्ट्रात सहकारी विपणन सोसायट्यांची संख्या ४५० पेक्षा जास्त आहे.

सहकारी विपणन तंत्रामध्ये ६००० पेक्षा अधिक प्राथमिक विपणन समित्या भारतात कार्यरत आहेत, ज्यात ३५०० विशेष वस्तू विपणन समित्या होत्या. जिल्हा स्तरावर १६० केंद्रीय विपणन समित्या होत्या, राज्यस्तरावर २९ शीर्ष समित्या (Apex Societies) आणि २५ विपणन फेडरेशन (Marketing Federations) होते.

सहकारी विपणनाचे फायदे –

१) अनावश्यक मध्यस्थ कमी होऊन बाजारखर्चामध्ये घट होते.

२) वाहतूक खर्च कमी - सर्वांच्या मालाची वाहतूक एकाच साधनाने केल्यामुळे वाहतूक खर्चात घट होते.

३) साठवणूक, प्रतवारी, हाताळणी, पॅकिंग इ. सुविधा कमी खर्चात पुरविल्या जातात.

४) शेतकऱ्यांची सौदाशक्ती वाढते.

५) राष्ट्रीय शेतकी सहकारी खरेदी-विक्री संघ (National Agricultural Co-operative Marketing Federation - NAFED) - अखिल भारतीय स्तरावर सहकारी तत्त्वावर शेतमाल खरेदी-विक्री करण्याविषयीची जबाबदारी नाफेड पार पाडते. सध्या भारतात नाफेडच्या एकूण २५ शाखा कार्यरत आहेत. ही संस्था देशात मोठ्या प्रमाणात उत्पादित झालेल्या शेतमालाची खरेदी करते, साठवणूक करते व त्याची निर्यात करते. नाफेडच्या या भूमिकेमुळे देशातील शेतमालाच्या किमतीच्या पातळीवर स्थैर्य राहून शेतकऱ्यांना त्यांच्या मालाचा योग्य मोबदला मिळतो.

६) राष्ट्रीय सहकारी विकास महामंडळ (National Corporation of Co-operative Development -NCDC) - भारतात १९६३ मध्ये या महामंडळाची स्थापना केली गेली. हे महामंडळ सरकारने निश्चित केलेल्या शेतमालाच्या उत्पादनास शेतकऱ्यांना प्रोत्साहन देणे, त्याची खरेदी करणे, त्याची साठवण करणे इ. कार्य पार पाडते.

७) कृषी उत्पन्न बाजार समिती - कृषी विपणनातील दोष दूर करण्यासाठी कृषी उत्पन्न बाजार समित्यांची स्थापना करण्यात आली आहे. ज्यात शेतकरी, व्यापारी, मापारी, अडत्ये, हमाल यांचे प्रतिनिधी असतात अशा बाजार समितीमार्फत कृषी उत्पन्न बाजार समित्यांचे नियमन व नियंत्रण केले जाते. २०१० मध्ये भारतात ७१५७ कृषी उत्पन्न बाजार समित्या किंवा नियंत्रित कृषी बाजार स्थापन झालेले होते.

कृषी विपणनातील नवीन उपक्रम :

शेतकऱ्याला त्याच्या शेतीमालाची उचित किंमत मिळण्यासाठी खरेदी-विक्रीच्या योग्य सोयी उपलब्ध असणे आवश्यक असते. भारतात प्रामुख्याने आठवडे बाजार / हाट / मंडी आणि कृषी उत्पन्न बाजार समित्यांमधून शेती मालाची खरेदी-विक्री होते. भारत सरकारच्या नियोजन आयोगाने विपणनसंबंधी नेमलेल्या कृतीगटानुसार (अध्यक्ष - गोकुळ पटनायक) भारतात २०१० मध्ये ११५ स्के कि. मी. ला एक ग्रामीण बाजार तर ४५४ स्के. कि. मी. ला एक कृषी उत्पन्न बाजार समिती (नियंत्रित बाजार) असे प्रमाण होते. राष्ट्रीय कृषी आयोगाच्या मते ५ स्के. कि. मी. ला एक बाजार असे हे प्रमाण असायला हवे. शेतीमालाच्या खरेदी-विक्री व्यवस्थेत अनेक मध्यस्थ, पायाभूत सुविधांचा अभाव, किमतीच्या बाबतीत पारदर्शकतेचा अभाव, माहितीचा अभाव, साठवणगृहे, वाहतूक व्यवस्था इ. चा अभाव असे दोष आहेत.

वरील दोष दूर करण्यासाठी काही नवीन उपक्रम आखून पर्यायी धोरणांचा विचार करण्याची आवश्यकता सरकारला भासू लागली. या दृष्टीने जे उपक्रम हाती घेण्यात येत आहेत ते पुढीलप्रमाणे :

१) उत्पादक - उपभोक्ते प्रत्यक्ष संपर्क : प्रत्यक्ष शेतकऱ्यांनी उपभोक्त्यांना शेतीमालाची विक्री करणे ह्यामुळे शेतकरी व उपभोक्ते दोहोंचा फायदा होऊ शकतो. मध्यस्थांच्या साखळीशिवाय शेतीमालाची या प्रकारे खरेदी-विक्री होऊ शकते. पंजाबमध्ये 'एप्रिल मंडी', महाराष्ट्रात 'शेतकरी बाजार' आंध्रात 'रायथू बाजार' या प्रकारे हे बाजार स्थापन झालेले आहेत. शेतकऱ्यांच्या २५०-३०० गटाने उत्पादकांचा एक गट स्थापन करून त्याची नोंदणी (Registration) करून शेतीमालाची खरेदी-विक्री करावी.

या संकल्पनेमागे उत्पादक गट (Producer's Group) आहे. शेतीला लागणारी आदाने, बी-बियाणे, अवजारे, खते इ. उत्पादक गटांत वितरित करता येतील.

२) ई-ट्रेडिंग : कृषी मालाच्या खरेदी-विक्रीबाबत ई-ट्रेंडिग करता येणे शक्य आहे. नॅशनल कमॉडिटी ॲण्ड डेरिव्हेटिव्हज् एक्स्चेंज लि., मल्टी कमॉडिटी एक्स्चेंज लि. आणि नॅशनल स्पॉट एक्स्चेंज लि. कृषी मालाच्या संदर्भात ई - ट्रेडिंगची पद्धती विकसित करीत आहेत.

३) पुरवठा साखळीत सुधारणा (Supply Value Chain) : असंख्य पुरवठादार, वाहतूक खर्चातील वाढ, अनेक मध्यस्थ यामुळे शेतकऱ्यांच्या शेतीमालाला योग्य ती किंमत मिळत नाही, यासाठी या पुरवठा साखळीत सुधारणेची गरज प्रतिपादन केली जाते. घाऊक प्रमाणावर शेतकऱ्यांनी एकत्र येऊन विक्री करावी आणि घाऊक प्रमाणात खरेदी व्हावी असे सुचविले जाते.

४) उत्पादक शेतकरी व प्रक्रिया करणारे आणि निर्यातदार यांचा थेट संबंध :
उत्पादक शेतकऱ्याचा निरनिराळ्या प्रक्रिया उद्योजकांशी तसेच शेतीमाल निर्यातदारांशी थेट संबंध प्रस्थापित करणे.

४.६ शेतकऱ्यांच्या आत्महत्या – कारणे व उपाययोजना (Suicide of Farmer's - Causes and Measures to Prevent Farmer's Suicide):

१९९० नंतरच्या काळात भारतातील शेतकऱ्यांच्या आत्महत्या ही कृषी क्षेत्रातील महत्त्वाची समस्या निर्माण झाली. १९९७ ते २००६ या काळात १६६३०४ शेतकऱ्यांनी आत्महत्या केली. या आत्महत्या भारतातील आंध्र प्रदेश, महाराष्ट्र, कर्नाटक, केरळ व पंजाब या प्रांतांत प्रामुख्याने घडून आल्या. तक्ता क्र. ३ वरून असे आढळून येते की, १९९७ ते २००६ या काळात शेतकऱ्यांच्या आत्महत्यांचे प्रमाण देशातील एकूण सर्व आत्महत्यांच्या संख्येशी तुलना करता १५.२% इतके होते.

तक्ता क्र. ३
भारतातील शेतकऱ्यांच्या आत्महत्या

वर्ष	शेतकऱ्यांच्या आत्महत्या	
	एकूण संख्या	सर्व आत्महत्यांशी शेतकऱ्यांच्या आत्महत्यांचे प्रमाण (%)
१९९७	१३६२२	१४.२
१९९८	१६०१५	१५.३
१९९९	१६०८२	१४.५
२०००	१६६०३	१५.३
२००१	१६४१५	१५.१
२००२	१७९७१	१६.३
२००३	१७१६४	१५.५
२००४	१८२४१	१६.०
२००५	१७१३१	१५.०
२००६	१७०६०	१४.४
एकूण आत्महत्या	१६६३०४	---

(संदर्भ : *नॅशनल क्राईम रेकॉर्ड ब्यूरो, भारत सरकार)*

१९९५ ते २०१० पर्यंत २५६९१३ शेतकऱ्यांनी आत्महत्या केल्या. शेतकऱ्यांच्या एवढ्या मोठ्या प्रमाणावर आत्महत्या होण्याची कारणे कोणती याबद्दल अनेक संशोधक तसेच शासकीय, निमशासकीय संस्था व समित्या यांनी अभ्यास केला. त्यातून शेतकऱ्यांच्या आत्महत्येच्या संदर्भात जी कारणे देण्यात आली ती पुढीलप्रमाणे आहेत -

शेतकऱ्यांच्या आत्महत्येची कारणे :

१) के. नागराज (मद्रास इन्स्टिट्यूट ऑफ डेव्हलपमेंटल स्टडीज) यांच्या अभ्यासानुसार शेतकऱ्यांच्या आत्महत्येची प्रमुख कारणे म्हणजे कृषी क्षेत्रातील अनिश्चितता व धोके या अडचणी निर्माण झाल्या असता पर्यायी उत्पन्नाचा व रोजगाराचा अभाव ही आहेत.

२) पी. साईनाथ यांच्या मते, कृषी क्षेत्रातील अलीकडच्या काळातील बदलामुळे उदा. उदारीकरण, जागतिकीकरण व खाजगीकरण इ. मुळे कृषी क्षेत्रावर अनिष्ट परिणाम झालेला आहे.

३) दुष्काळ व जलसिंचनातील त्रुटी : भारतात अद्यापही कोरडवाहू शेती केली जाते. तसेच बारमाही सिंचनाच्या सोयी उलपब्ध नाहीत. नैर्ऋत्य मान्सून वाऱ्यांमुळे पडणाऱ्या पावसाची अनिश्चितता असते. त्यामुळे शेतकऱ्याचा उत्पादनखर्च होतो, परंतु त्यापासून पावसाअभावी उत्पन्न मिळेल याची खात्री नसते.

४) बी-बियाणांच्या समस्या : बी-बियाणांच्या किमती या जास्त असतात. ते पुरेशा प्रमाणात व वेळेवर मिळत नाही. पावसाची अनिश्चितता असल्यामुळे उत्पादनातही अनिश्चितता असते. बी-बियाणांमध्ये फसवणूक झाल्यास शेतकऱ्याचे नुकसान होते.

५) कर्जबाजारीपणा : हंगामाच्या सुरुवातीला शेतकऱ्याला अल्प मुदतीचे कर्ज घ्यावे लागते. पावसाचे अल्प प्रमाण व अनिश्चितता व इतर धोके इ. मुळे उत्पादन न झाल्यास शेतकऱ्याला कर्जफेड करता येत नाही. कर्जफेड न करता येणे हे शेतकऱ्याच्या आत्महत्येचे एक प्रमुख कारण आहे.

उपाययोजना :

१) जलसिंचनाच्या सोयीत वाढ : कृषी क्षेत्रातील भांडवलगुंतवणुकीत वाढ करणे. पाणलोट क्षेत्र विकास, ठिबकसिंचन, पाणी अडवा व जिरवा सारख्या योजना, वृक्षसंवर्धन, छोट्या धरणांचे बांधकाम, नदीजोड प्रकल्प इ. मार्गांनी जलसिंचनाच्या सोयीत वाढ करणे आवश्यक आहे.

२) कृषी आदानाचा पुरवठा : कृषी क्षेत्राला बी-बियाणे, जंतुनाशके, खते,

यंत्रसामग्री इ. चा वेळेवर व पुरेसा पुरवठा होण्याची आवश्यकता आहे. यासाठी कृषी अनुदाने देणे इ. ची गरज आहे. शेतकऱ्याचा उत्पादनखर्च कमी होईल, यासाठी कृषी आदाने सवलतीच्या दरात शेतकऱ्याला मिळणे आवश्यक आहे.

३) कर्ज सवलती : दुष्काळ किंवा पाऊस न पडल्यास अथवा नैसर्गिक आपत्ती निर्माण झाल्यास अल्प मुदतीच्या कर्जाचे दीर्घ मुदतीच्या कर्जात रूपांतर करणे, विना व्याज कर्जाचे हप्ते भरण्यास सूट देणे, संस्थात्मक कर्जपुरवठ्यासह वित्तीय साहाय्य केल्यास कर्जाच्या भारामुळे होणाऱ्या आत्महत्येला आळा बसू शकेल. कर्जमाफीपेक्षा हे उपाय अधिक उपयुक्त आहेत.

४) किंमत स्थैर्य निर्माण करणे : कृषी मालाचा पुरवठा वाढल्यास किमती कोसळतात, तर पुरवठा कमी झाल्यास किमतीत वाढ होते. यासाठी सरकारने किंमत कमी झाली असता आधार किमतीला कृषी वस्तू विकत घेणारी यंत्रणा प्रभावीपणे कार्य करील हे बघितले पाहिजे. किमतीत स्थैर्य असल्यास कृषीमाल उत्पादनास चालना मिळते. शेतकऱ्यांना देशात व विदेशात त्यांच्या उत्पादनास योग्य किंमत मिळवून देण्याचा प्रयत्न सरकारने करणे आवश्यक आहे. हा आत्महत्या रोखण्यासाठीचा उपाय होऊ शकत नाही.

५) पुनर्वसन : आत्महत्या केलेल्या शेतकऱ्यांच्या कुटुंबांचे पुनर्वसन करणे, ग्रामीण भागात आरोग्यसोयी, समुपदेशन इ. च्या सोयी करणे शक्य आहे.

४.७ विशेष आर्थिक क्षेत्र (Special Economic Zones-SEZ) स्वरूप, वैशिष्ट्ये व समस्या :

सामान्यत: दर ५ वर्षांनी केंद्र सरकार आयात-निर्यात धोरण जाहीर करते. १९९७-२००२ च्या आयात-निर्यात धोरणात प्रथमत: विशेष आर्थिक क्षेत्राच्या (सेझ) मार्गदर्शक तत्त्वांचा समावेश करण्यात आला. उद्योग व व्यवसायावरील देशांतर्गत निर्बंध आणि पायाभूत सुविधांच्या त्रुटी दूर करून आंतरराष्ट्रीय दर्जाची उत्पादनव्यवस्था निर्माण करणे हा सेझच्या स्थापनेमागे प्रमुख उद्देश होता.

शुल्क व जकातमुक्त क्षेत्र म्हणजे विशेष आर्थिक क्षेत्र (सेझ) होय. या विशेष आर्थिक क्षेत्रात व्यापार, उत्पादन, जुळणी इ. करण्यास मुभा देण्यात आली.

उद्देश :

१) आर्थिक क्षेत्राचा विकास करणे
२) वस्तू व सेवांच्या निर्यातीस चालना देणे
३) देशी व विदेशी भांडवल गुंतवणुकीस प्रोत्साहन देणे
४) रोजगारनिर्मिती करणे

५) पायाभूत सोयींच्या विकास करणे

सेझअ‍ॅक्ट २००६ पासून देशात अमलात आला. जुलै २०१२ पर्यंत ४०८ सेझना सरकारने मान्यता दिली होती. त्यापैकी १५३ सेझमध्ये ३४०० उत्पादन संस्था कार्यरत होत्या. देशातील सेझनी २०१२ पर्यंत ११८६९२ हेक्टर जमीन संपादित केली होती.

२०११-१२ सेझमधील संस्थांनी रु. ३६४४७८ कोटींची निर्याती केली; तर मार्च २०१२ पर्यंत सर्व विशेष आर्थिक क्षेत्रात ८,४४,९१६ व्यक्तींना रोजगार उपलब्ध झाला.

सर्व विशेष आर्थिक क्षेत्रांत एकूण रु. २०१८७५ कोटींची गुंतवणूक झालेली होती.

वैशिष्ट्ये -

१) १००% प्रत्यक्ष विदेशी गुंतवणुकीस मान्यता

२) विविध वस्तू उत्पादनासाठी १००० हेक्टर, सेवा क्षेत्रासाठी १०० हेक्टर, इलेक्ट्रॉनिक वस्तू व सॉफ्टवेअरसाठी १० हेक्टर, जैव तंत्रज्ञान, ऊर्जा इ. साठी १० हेक्टर आणि व्यापार व साठवणगृहे यासाठी ४० हेक्टरची सोय करणे सेझसाठी आवश्यक ठरविण्यात आले.

३) १० ते १५ वर्षांसाठी सेझच्या विकासकांना प्राप्तीकरात सूट

४) शुल्करहित आयात व देशांतर्गत वस्तूंसाठी शुल्करहित प्रापण (Prouvrement)

५) सेवा करातून सूट

६) सेझमध्ये गुंतवणूक करणाऱ्या व्यक्तींना प्राप्तीकरातून सूट

७) ऊर्जानिर्मिती व वितरणाचे सेझला अधिकार

८) करार पद्धतीने शेती करण्याची सेझमधील उत्पादनसंस्थांना परवानगी देण्यात आली.

समस्या :

१) केवळ सेझमधील उत्पादनसंस्थांना सवलती दिल्यामुळे देशाच्या एकूण निर्यातक्षमतेत भर पडणार नाही अशी टीका सेझवर केली जाते. सेझव्यतिरिक्त इतर क्षेत्रांतील निर्यात करणाऱ्या उत्पादनसंस्थांवर ते अन्यायकारक ठरेल.

२) सेझच्या संदर्भातील दुसरी महत्त्वाची समस्या म्हणजे जमिनीचे संपादन करणे. ग्रामीण भागातील लहान व सीमान्त शेतकऱ्यांच्या मालकीची जमीन सेझसाठी संपादित केल्यास ग्रामीण भागातील कृषी अर्थव्यवस्था उद्ध्वस्त होईल आणि बेरोजगारी निर्माण होईल असा आक्षेप घेतला जातो.

३) सेझबाबत तिसरी समस्या म्हणजे सेझमधील उत्पादनसंस्थांना निरनिराळ्या करांमध्ये सवलत व सूट दिल्यास सरकारचा कर महसूल बुडेल. 'नॅशनल इन्स्टिट्यूट ऑफ

पब्लिक फायनान्स ॲण्ड पॉलिसी' या संस्थेने केलेल्या एका अभ्यासानुसार सेझला सवलत दिल्याने सरकारचा २००५ ते २०१० या काळात रु. ९७००० कोटींचा महसूल बुडाला; म्हणजेच दरवर्षी साधारणपणे रु. १९४०० कोटींचे नुकसान सरकारला सहन करावे लागले.

४) २००४-०५ मध्ये सेझमधून एकूण निर्यातीच्या ५% एवढी निर्यात झाली; तर लघुउद्योगांनी याच वर्षी एकूण निर्यातीच्या ३४.४% एवढी निर्यात केली. शिवाय लघुउद्योग मोठ्या प्रमाणावर रोजगारही पुरवतात. अशा स्थितीत सेझने विशेष सवलती वा प्राधान्य देणे कितपत योग्य आहे असा प्रश्न उपस्थित होतो.

५) सेझवर आणखी एक आक्षेप घेतला जातो की, सेझला जमीन वापरासंबंधी दिलेल्या सवलती अयोग्य आहेत. उदा. सेझच्या विकासकाला सेझच्या एकूण जमिनीच्या २५% जमीन निर्यातप्रधान उद्योगांसाठी तर उरलेली पायाभूत सोयींसाठी (उदा. घरे, उद्याने, गोल्फ मैदान) वापरावयाची आहे. याचा अर्थ घरे वा इतर आनुषंगिक बांधकामातून विकासक प्रचंड नफा मिळवू शकतो; हे असमर्थनीय आहे असा सेझच्या विरुद्ध युक्तिवाद केला जातो.

स्वाध्याय

लघुत्तरी प्रश्न

१) कृषी उत्पादकता म्हणजे काय ?

२) हरितक्रांती म्हणजे काय ?

३) नाबार्डची कार्ये लिहा.

४) कृषी पत पुरवठ्याचे बिगर संस्थात्मक स्रोत कोणते ?

५) सहकारी विपणनाचे फायदे सांगा.

६) कृषी विपणनातील नवीन उपक्रम कोणते ?

७) शेतकऱ्यांच्या आत्महत्येचे स्वरूप स्पष्ट करा.

८) विशेष आर्थिक क्षेत्र (सेझ) म्हणजे काय ?

९) विशेष आर्थिक क्षेत्राची (सेझ) वैशिष्ट्ये सांगा.

दीर्घोत्तरी प्रश्न

१) भारतीय अर्थव्यवस्थेतील कृषीचे स्थान स्पष्ट करा.

२) कृषीच्या कमी उत्पादकतेची कारणे कोणती ? कृषी उत्पादकता वाढविण्यासाठी कोणत्या उपाययोजना करण्यात आलेल्या आहेत ?

३) हरितक्रांतीचे यशापयश विशद करा.

४) कृषी पतपुरवठ्याचे विविध स्रोत कोणते ?

५) कृषी विपणनातील दोष दूर करण्यासाठी कोणत्या उपाययोजना केलेल्या आहेत ते स्पष्ट करा.

६) भारतातील शेतकऱ्यांच्या आत्महत्येची कारणे कोणती ? आत्महत्या रोखण्यासाठी कोणत्या उपाययोजना केलेल्या आहेत?

७) विशेष आर्थिक क्षेत्र (सेझ)ची वैशिष्ट्ये सांगून सेझच्या समस्यांचा आढावा घ्या.

५

उद्योग
(Industry)

५.१ उद्योगाची भूमिका

५.१ उद्योगांची अर्थव्यवस्थेतील भूमिका (Role of Industrialization) :

देशाच्या अर्थव्यवस्थेत उद्योगाचे स्थान विशेष महत्त्वाचे असते. आर्थिक आणि सामाजिक विकासासाठी उद्योगधंद्यांचा विकास होणे आवश्यक असते. उद्योगाची गरज, महत्त्व आणि आर्थिक व सामाजिक विकासात उद्योगांची भूमिका पुढीलप्रमाणे विशद करता येते.

(१) रोजगारात वाढ :- उद्योगांमुळे रोजगाराच्या संधी मोठ्या प्रमाणात निर्माण होतात. नव्याने रोजगार निर्माण करण्याची क्षमता उद्योगांमध्ये असते. प्रत्यक्ष रोजगाराबरोबर पूरक सेवांमुळेही रोजगार उपलब्ध होतो.

(२) उत्पन्न विषमता कमी :- उद्योगांमुळे रोजगारात वाढ होते. दरडोई उत्पन्न तसेच राष्ट्रीय उत्पन्नातही वाढ होते; परिणामी देशातील गरीब व श्रीमंत यांच्यातील उत्पन्नविषमता कमी होते.

(३) कृषी क्षेत्राचा विकास :- उद्योगांना लागणारा कच्चा माल कृषीक्षेत्रातून

मिळतो. (उदा. साखर कारखान्यांसाठी ऊस, कापड कारखान्यांसाठी कापूस, तेल गाळप करणाऱ्या उद्योगांसाठी तेलबिया इ.) उद्योगांच्या विकासाबरोबर कृषी क्षेत्राचाही विकास होतो.

(४) विविध वस्तूंचे उत्पादन :- देशात विविध प्रकारच्या वस्तूंचे उत्पादन उद्योगांमुळे शक्य होते. यंत्रसामग्री, उपकरणे, जीवनावश्यक वस्तू, उद्योग, कृषी, सेवाक्षेत्रांसाठी लागणाऱ्या असंख्य वस्तूंचे उत्पादन उद्योगांमुळे होते. देशांतर्गत वस्तू उत्पादित होत असल्यास दुर्मीळ परकीय चलनही वाचते.

(५) परकीय चलन वृद्धी :- उद्योगांमुळे निर्यातक्षम वस्तू उत्पादित होतात. वस्तूंच्या निर्यातीमुळे परकीय चलन उपलब्ध होते. दुर्मीळ कच्चा माल, तंत्रज्ञान, खनिज तेल, यंत्रसामुग्री इ.ची आयात करण्यासाठी परकीय चलनाची आवश्यकता असते, यामुळे उद्योगांच्याही विकासास मदत होते. देशाचा आंतरराष्ट्रीय देण्याघेण्याचा समतोल राखला जातो.

(६) औद्योगिक संस्कृती : उद्योगांच्या विकासामुळे लोकांमध्ये शिस्त, स्वावलंबन, सहकार्याची भावना, स्पर्धात्मकता, उद्योजकता, शास्त्रीय दृष्टिकोन इ.ची वाढ होते. यामुळे सामाजिक विकासाला उद्योगधंद्याचा विकास पूरक ठरतो.

(७) भांडवल वाढ : उद्योगांमुळे उत्पन्न, उत्पादन व रोजगारात वाढ होते. बचतीत वाढ होते, परिणामी भांडवलसंचय वाढतो. यामुळे औद्योगिकीकरणास चालना मिळते.

(८) पायाभूत उद्योग व सेवांचा विकास : उद्योग व पायाभूत सेवा यांचा विकास एकमेकांस पूरक असतो. वाहतूक व दळणवळण, बँका, विमा, ऊर्जा, सेवा व्यवसाय इ. चा विकास उद्योगांमुळे होतो. यातून मोठ्या प्रमाणावर रोजगारनिर्मिती होते.

(९) उपलब्ध साधनसामग्रीचा वापर : देशातील नैसर्गिक साधने, मनुष्यबळ इ. चा जास्तीतजास्त वापर उद्योगांच्या विकासामुळे होतो. देशाचे सकल राष्ट्रीय उत्पादन वाढण्यास यामुळे मदत होते.

५.२ औद्योगिक धोरण - १९९१ पासूनची प्रगती (Industrial Policy - 1991) :

१९८५ पासून भारताने आंतरराष्ट्रीय व्यापारात हळूहळू उदारीकरणाचे धोरण स्वीकारण्यास सुरुवात केली. १९९१ नंतर उदारीकरणास अधिक वेग आला. १९९१

मध्ये भारताने नवीन आर्थिक धोरणाचा स्वीकार केला. कच्चा माल, तंत्रज्ञान, भांडवली वस्तूंच्या उदारीकरणाची प्रक्रिया सुरू केली. २००१ पर्यंत ७१५ वस्तूंच्या आयातीवरील संख्यात्मक निर्बंध भारताने कमी केले. तसेच आयातीवरील जास्तीतजास्त प्रशुल्काची मर्यादाही कमी केली.

उदारीकरण

जागतिक व्यापार संघटनेच्या निरनिराळ्या करारांनुसार पुढील प्रकारच्या आंतरराष्ट्रीय व्यापाराबाबत उदारीकरणाचे धोरण स्वीकारण्यात आले.

१) वस्तू   २) सेवा ३) कृषी ४) परकीय गुंतवणूक

भारताने पुढील महत्त्वाच्या कृषी उत्पादनांची आयात केली.

तक्ता क्र.१
कृषी उत्पादनाची आयात

शेतीमाल		एप्रिल ते डिसेंबर		(दशलक्ष डॉलर्स)
		२००९-१०	२०१०-११	२०११-१२
१)	गहू	५.०	५६.०	०.०
२)	अन्नधान्ये	३६.०	४४.०	५४.०
३)	खाद्यतेल	३९६४.०	४७६९.०	७३७१.०
४)	डाळी	१५९०.०	१२९५.०	१४१७.०
५)	साखर	८७५.०	५९६.०	३२.०

टीप - १) २०११-१२ (अंदाजित आकडे), २) आकडे पूर्णांकात
(संदर्भ – *इंडियाज फॉरेन ट्रेड २०१२ आर. बी.आय. बुलेटीन*)

परकीय गुंतवणूक : भारताने उदार परकीय गुंतवणुकीचे धोरण स्वीकारलेले आहे, त्यामुळे अनेक परकीय कंपन्यांची उत्पादनक्षेत्रात थेट गुंतवणूक झालेली आहे. तसेच डिसेंबर २०१२ मध्ये किरकोळ विक्रीक्षेत्रात थेट परकीय गुंतवणुकीला सरकारने मान्यता दिलेली आहे.

पेटंट कायद्यात बदल : २००५ मध्ये भारताने पेटंट कायद्यात सुधारणा केल्या, त्यानुसार पेटंटचे हक्क २० वर्षांसाठी देण्यात येतील. अन्न, औषधी व कृषिक्षेत्राला

सुरुवातीला हा कायदा लागू होईल, नंतर अन्य क्षेत्रांनाही तो क्रमाक्रमाने लागू करण्यात येईल. अशा प्रकारे प्रक्रिया पेटंटऐवजी उत्पादनाचे पेटंट देण्याची पद्धती व कायदा जागतिक व्यापार संघटनेच्या बौद्धिक संपदा हक्क करारानुसार करण्यात आला आहे.

दोहा परिषद : कतार येथील दोहा शहरात २००१ मध्ये जागतिक व्यापार संघटनेची परिषद झाली. विकसित देशांच्या वतीने यात अशी भूमिका मांडण्यात आली की, अविकसित देशांनी आंतरराष्ट्रीय व्यापाराच्या बाबतीत सेवाक्षेत्राच्या संदर्भात अधिक उदारीकरण करण्याची गरज आहे. याउलट, विकसनशील राष्ट्रांच्या वतीने भारताने अशी भूमिका मांडली की विकसित राष्ट्रांनी कृषिक्षेत्राला त्यांच्या देशात दिली जाणारी अनुदाने रद्द वा कमी करावी, तसेच जकातेतर अडथळे दूर करावे. यामुळे खऱ्या अर्थाने आंतरराष्ट्रीय व्यापार हा मुक्त होऊ शकेल. भारताच्या या भूमिकेला अविकसित व विकसनशील अशा सर्व राष्ट्रांचा पाठिंबा आहे. तथापि, या प्रश्नात अद्यापही तडजोड वा समझोता दृष्टिपथात आलेला नाही. यानंतरच्या कॅनकुन (२००३), हाँगकाँग (२००५) आणि जिनिव्हा (२००९) परिषदेतही या समस्येवर समाधानकारक तोडगा निघू शकलेला नाही.

भारतीय अर्थव्यवस्थेवरील परिणाम

जकाती व व्यापार यासंबंधीचा सर्वसाधारण करार किंवा गॅटच्या स्थापनेपासून भारत हा गॅटचा संस्थापक सदस्य होता. गॅटची आठवी परिषद १९८६ रोजी उरूग्वे (लॅटीन अमेरिका) येथे झाली. या परिषदेचा समारोप १९९३ मध्ये झाला.

गॅटचे डायरेक्टर जनरल आर्थर डंकेल यांनी जकात व व्यापारासंबंधीच्या करारांचा लेखी प्रस्ताव १९९१ मध्ये सादर केला. यास 'डंकेल प्रस्ताव' असे म्हटले जाते. या प्रस्तावात बाजारव्यवस्था, शेती, सुती कापड, व्यापारासंबंधी बौद्धिक संपदा हक्क (Trade Related to Intellectual Property Rights - TRIPS) तसेच व्यापाराशी संबंधित गुंतवणुकीबाबत उपाय (Trade related Investment Measures - TRIMS) व्यापारी सेवा क्षेत्र, अनुदाने, जकातेतर अडथळे इ. बाबत स्पष्टीकरण दिलेले आहे. भारताने १९९५ मध्ये या करारावर सही करून तो स्वीकारला. १९९५ मध्ये गॅटच्या जागी जागतिक व्यापार संघटनेची स्थापना करण्यात आली. गॅटची सर्व सदस्य राष्ट्रे जागतिक व्यापार संघटनेचीही सदस्य आहेत. आंतरराष्ट्रीय व्यापाराचे नियमन व नियंत्रण करणारी जागतिक व्यापार संघटना (World Trade Organisation - WTO) ही जगातील अत्यंत महत्त्वाची संघटना आहे.

जागतिक व्यापार संघटनेच्या धोरणाचा भारताच्या अर्थव्यवस्थेवर परिणाम होणे अपरिहार्य होते. जागतिक व्यापार संघटनेचे दोन तृतीयांश सदस्य हे विकसनशील व

अविकसित आहेत. त्यांच्यासाठी जागतिक व्यापार संघटनेने काही सवलती दिलेल्या आहेत.

अ) भारताला मिळालेल्या सवलती

१) जागतिक व्यापार संघटनेच्या प्रत्येक सदस्य राष्ट्राला एकूण शेती उपभोगाच्या ३% एवढी कृषीमालाची आयात करणे बंधनकारक आहे. १९९५ ते २००१ पर्यंत भारताला ३% शेतीमाल आयात करण्यापासून सूट मिळालेली होती. तसेच या कालावधीत शेती मालाच्या आयातीवर निर्बंध कमी करण्याची आवश्यकता भारताला नव्हती.

२) १९९५ ते २००१ पर्यंत निर्यातीसाठी दिल्या जाणाऱ्या अनुदानाची पातळी २४% वर आणणे विकसनशील राष्ट्रांना बंधनकारक करण्यात आले होते. तसेच ज्या राष्ट्रांचे दरडोई उत्पन्न १००० डॉलर्सपेक्षा कमी आहे, अशा राष्ट्रांना निर्यात अनुदानात कपात करण्याची आवश्यकता नाही अशी तरतूद गॅटच्या नियमात करण्यात आलेली होती. भारत २४% अनुदान मुळातच देत नाही. तसेच भारताचे दरडोई उत्पन्नही १००० डॉलर्सपेक्षा पुष्कळच कमी असल्याने निर्यात अनुदानात कपात करण्याचीही भारताला आवश्यकता नव्हती.

५.३ नवीन आर्थिक सुधारणा – संकल्पना (New Economic Reforms - Concept) :

१९८० च्या दशकात साम्यवादी देशात सार्वजनिक क्षेत्रातील उद्योगासंबंधी पुनर्विचार सुरू झाला. रशियात 'पेरिस्त्योयिका' किंवा आर्थिक सुधारणा करण्यास सुरुवात झाली. पूर्व युरोपातील अनेक राष्ट्रांनी आर्थिक सुधारणा करण्यास सुरुवात केली. बाजाराधिष्ठित अर्थव्यवस्थेचा हळूहळू पुरस्कार करण्यात येऊ लागला. साम्यवादी तसेच मिश्रअर्थव्यवस्था असलेल्या देशातील सार्वजनिक क्षेत्रातील उद्योगाची अकार्यक्षमता आणि खाजगी क्षेत्रातील त्याच उद्योगांची कार्यक्षमता यामुळे खाजगी क्षेत्र, बाजाराधिष्ठित उत्पादन, खर्चाधारित उत्पन्न व किमती आणि नफ्यांची प्रेरणा यामुळे देशाचा आर्थिक विकास साध्य होऊ शकतो हा विचार नव्वदच्या दशकात प्रबळ झाला. बंद अर्थव्यवस्थेपेक्षा खुली अर्थव्यवस्था विकासाला अधिक चालना देऊ शकते आणि यासाठी आंतरराष्ट्रीय व्यापारावरील जकाती व शुल्क दूर करणे, मुक्त अर्थव्यवस्था निर्माण करणे, जागतिकीकरण, उदारीकरण आणि खाजगीकरण करणे या उद्देशातून १९९५ मध्ये जागतिक व्यापार संघटनेची स्थापना करण्यात आली. २४ ऑगस्ट २०१२ पर्यंत जागतिक व्यापार संघटनेच्या सदस्य देशांची संख्या १५२ इतकी होती. पूर्वीच्या जकाती व व्यापार या संबंधीचा सर्वसाधारण

करार (General Agreement on Tariff and Trade - GATT) ची जागा जागतिक व्यापार संघटनेने घेतली.

१९९१ मध्ये भारताने नवीन औद्योगिक धोरणाचा स्वीकार केला. या धोरणात तीन प्रमुख संकल्पनांचा समावेश होता, त्या पुढीलप्रमाणे -

१) शिथिलीकरण (Liberalisation)

अर्थ – एका देशातून दुसऱ्या देशात जाणाऱ्या वस्तू व सेवांच्या मुक्त प्रवाहास प्रतिबंध करणाऱ्या व्यापारावरील निर्बंध (जकाती, शुल्क व जकातेतर निर्बंध) दूर किंवा कमी करणे म्हणजे शिथिलीकरण होय.

जागतिक व्यापार संघटनेची स्थापना होण्यापूर्वी 'गॅट' हा आंतरराष्ट्रीय करार अस्तित्वात होता. निरनिराळ्या देशांमध्ये आंतरराष्ट्रीय व्यापार होताना द्विपक्षीय किंवा बहुपक्षीय (bilateral or multilateral) करार होत. निरनिराळ्या देशांत निरनिराळे शुल्क व जकाती आस्तित्वात होत्या. तसेच अनेक देश मक्तेदारी निर्माण करण्यासाठी किंवा स्पर्धात्मक किमतीसाठी निर्यात अनुदाने देत. त्याचप्रमाणे आयात-निर्यात कोटा लायसन्स याप्रकारे आंतरराष्ट्रीय व्यापारावर निर्बंध लादत. या कारणांमुळे आंतरराष्ट्रीय व्यापारात अनेक अडथळे निर्माण होत. मुक्त व्यापार करण्यात अडचणी निर्माण होत. या दूर करण्यासाठी गॅटची स्थापना झालेली असली तरी अंमलबजावणीचे किंवा एखाद्या देशाविरुद्ध कारवाई करण्याचे कोणतेही अधिकार गॅटकडे नव्हते. जागतिक व्यापार संघटनेच्या स्थापनेनंतर (१९९५) मात्र असे अधिकार निर्माण झाल्यामुळे शिथिलीकरणाचे धोरण जागतिक व्यापार संघटनेला अधिक प्रभावीपणे करता येणे शक्य झालेले आहे. अर्थात, अद्यापही काही देशांत जकातेतर निर्बंधांचा अडथळा आहे. उदा. आरोग्यविषयक नियम, पर्यावरणीय निर्बंध, मानवाधिकार नियम इ.

२) खाजगीकरण (Privatisation)

अर्थ– सार्वजनिक क्षेत्रातील उद्योग व व्यवसायाची मालकी आणि अधिकार खाजगी क्षेत्राला सुपूर्त करणे म्हणजे खाजगीकरण होय.

या पूर्वी उल्लेख केल्याप्रमाणे साम्यवादी देशातील सार्वजनिक क्षेत्राच्या कार्यक्षमतेबद्दल आणि उत्पादन क्षमतेबद्दल प्रश्नचिन्हं निर्माण झाली होती. मागणी आणि नफा या प्रेरणेवर चालणारी बाजाराधिष्ठित अर्थव्यवस्था ही अधिक कार्यक्षमतेने कार्य करू शकते. तसेच किंमत यंत्रणेचे कार्य अशा अर्थव्यवस्थेत अधिक सुलभतेने होते असा अनुभव जगातील मुक्त अर्थव्यवस्था असलेल्या देशांचा असल्यामुळे खाजगीकरणासही १९९५नंतर चालना मिळाली. चीनसारख्या साम्यवादी देशानेही प्रत्यक्ष परकीय

गुंतवणुकीद्वारे खाजगी कारखानदारीला परवानगी दिली.

३) जागतिकीकरण (Globalisation)

अर्थ – आर्थिक, वित्तीय, व्यापारी आणि दळणवळणविषयक घटकांचे जागतिक स्तरावरील एकात्मीकरण म्हणजे जागतिकीकरण होय.

जागतिकीकरणात वस्तू, सेवा, भांडवल, मानवी संसाधने यांच्या गतिशीलतेवर कोणतीही भौगोलिक बंधने वा नियंत्रणे नसतात. संगणक क्रांतीमुळे जग हे अधिक जवळ आले आहे. या जागतिक एकात्मीकरणामुळे जग हे एक गाव (Global Village) झाले आहे.

जागतिकीकरणाचे परिणाम सर्व जगावर होतात. उत्पादनसाधने, कच्चा माल, मानवी श्रम, भांडवल, तंत्रज्ञान, संयोजनकौशल्य यांच्या गतिशीलतेत वाढ होते. वस्तू व सेवांच्या उत्पादनात वाढ होते. स्पर्धेत वाढ होते. असंख्य व निरनिराळ्या वस्तूंच्या उपलब्धतेत वाढ होते. जागतिकीकरणाचे केवळ आर्थिकच नव्हे तर सामाजिक व सांस्कृतिकही परिणाम होतात.

केंद्र व राज्य स्तरावरील सुधारणा
केंद्र स्तरावरील सुधारणा

१) औद्योगिक परवाना पद्धती : संरक्षण, पर्यावरण व लघु उद्योगांसाठी संरक्षित क्षेत्र वगळता इतर सर्व उद्योगांच्या बाबतीत परवाना धोरण संपुष्टात आणण्यात आले. परवान्याची आवश्यकता असणाऱ्या उद्योगांची व सार्वजनिक क्षेत्रात राखीव उद्योगांची यादी प्रसिद्ध करण्यात आली.

२) परदेशी भांडवल गुंतवणूक : प्राधान्यक्रम असणाऱ्या उद्योगात ५१ टक्के परदेशी भांडवल गुंतवणुकीस परवानगी देण्यात आली.

३) विदेशी तंत्रज्ञान : प्राधान्यक्रम उद्योगात तंत्रज्ञान आयात करणाऱ्या करारांना मान्यता देण्यात आली.

४) सार्वजनिक क्षेत्रातून निर्गुंतवणूक : भारतातील सार्वजनिक क्षेत्रातील उद्योगांपैकी ५०% उद्योग हे तोट्यात चालणारे होते, त्यामुळे अशा उद्योगांची पुनर्रचना करण्यासाठी औद्योगिक व वित्तीय पुनर्रचना मंडळाची मदत घेऊन अशा उद्योगांचे पुनर्वसन करणे, काही सार्वजनिक उद्योगांमध्ये खाजगी भांडवल गुंतवणुकीला चालना देण्यासाठी अशा उद्योगातून निर्गुंतवणूक करणे अशा उपाययोजना करण्यात आल्या.

५) मक्तेदारी प्रतिबंधक कायदा : मक्तेदारी प्रतिबंधक कायद्याची नवीन औद्योगिक धोरणात गरज नसल्याने त्या कायद्यात बदल करण्यात आले. अनुचित

व्यापारापुरतेच या कायद्याचे महत्त्व राहिले.

राज्यस्तरावरील सुधारणा

उदारीकरण, खाजगीकरण आणि जागतिकीकरणाला योग्य असे अनुकूल बदल राज्य सरकारांनी केले आहेत. असे बदल पुढीलप्रमाणे-

१) मूलभूत सुविधांच्या बाबतीत बांधा-वापरा व हस्तांतरित करा (BOT) हे धोरण स्वीकारण्यात आले. रस्ते, उड्डाणपूल इ. बाबत असे धोरण स्वीकारले गेले.

२) विशेष आर्थिक क्षेत्र (सेझ) निर्माण करण्यात आले. अशी आर्थिक क्षेत्रे ही शुल्करहित असतात. तसेच सर्व पायाभूत सुविधा त्यांना पुरविण्यात येतात.

३) सवलतीच्या दरातील कर्जे, विद्युत् पुरवठा, आय.टी.पार्क, वित्तीय सुविधा इ. उपलब्ध करून दिल्या.

४) विदेशी गुंतवणूक आकर्षित करण्यासाठी विदेशात अनेक राज्यांनी शिष्टमंडळे पाठविली.

५) प्रशासकीय दिरंगाई टाळण्यासाठी उपाययोजना केल्या.

असोचेम (Associated Chamber of Commerce and Industry of India) यांच्या अभ्यासानुसार २०११-१२ मध्ये १,७८,००० कोटी रुपयाचे ७६३ विदेशी भांडवल गुंतवणुकीचे प्रस्ताव भारतातील निरनिराळ्या राज्यांत आले. ओडिशात सर्वाधिक २७%, आंध्रात १९%, तर गुजरातमध्ये ११% विदेशी भांडवल गुंतवणूक झाल्याचे या अभ्यासात नमूद केले आहे. ('द हिंदू', २८ ऑगस्ट २०१२)

५.४ लघुउद्योग – वाढ व समस्या (Small Industry - Growth and Problems)

लघुउद्योग, कुटीरोद्योग व ग्रामोद्योग यांच्या समस्यांचा विचार करण्याआधी या संज्ञांचा अर्थ समजून घेणे आवश्यक आहे. लघुउद्योग म्हणजे असे उद्योग की ज्यांत ५ कोटी रुपयांपर्यंत भांडवल गुंतवणूक झालेली आहे. कुटीरोद्योग हे प्रामुख्याने घरगुती स्वरूपाचे असतात. उदा. हातमाग, गालिचे विणणे, वेत वा बांबूपासून वस्तू तयार करणे, लाकूडकाम, लाकडी खेळणी, चित्रकारी, हिऱ्यांना पैलू पाडणे, शोभेच्या वस्तू तयार करणे इ. ग्रामोद्योगांत प्रामुख्याने ग्रामीण भागातील व स्थानिक बाजारपेठ असलेल्या उद्योगांचा समावेश होतो. उदा. गुळाचे उत्पादन, चामड्याच्या वस्तू, लोकरीच्या वस्तू, हातकागद, मधमाश्यापालन, आगपेटी उत्पादन इ.

लघुउद्योगाच्या विकासासाठी केंद्र व राज्य शासनाच्या पातळीवर अनेक महत्त्वपूर्ण

संस्थांची स्थापना करण्यात आली आहे. स्मॉल इंडस्ट्रीज डेव्हलपमेंट बँक (सिडबी) या शिखर बँकेची केंद्रीय पातळीवर स्थापना करण्यात आली आहे. राज्य स्तरावर स्मॉल इंडस्ट्रीज डेव्हलपमेंट कॉर्पोरेशन्स तसेच स्टेट इंडस्ट्रियल अॅण्ड इन्व्हेस्टमेंट कॉर्पोरेशन्स स्थापन करण्यात आलेल्या आहेत. बीज भांडवल, कमी व्याजदराने भांडवल, प्रदर्शने, सरकारी खरेदीत अग्रक्रम इ. मार्गांनी सरकार लघुउद्योगांना प्रोत्साहन देत आहे.

कुटीरउद्योग व ग्रामोद्योगांना चालना देण्यासाठी खादी व ग्रामोद्योग मंडळे राज्यात स्थापन झालेली आहेत. या उद्योगांना कमी व्याजदराने कर्जपुरवठा केला जातो. राष्ट्रीयीकृत व्यापारी बँकाही या उद्योगांना अग्रक्रमाने कर्जपुरवठा करतात.

भारतात कुटीरोद्योग व ग्रामोद्योग यांची प्रदीर्घ परंपरा आहे. काश्मिरचे गालिचे व शाल व्यवसाय, मुरादाबादच्या कलाकुसरीच्या पितळी वस्तू, अलीगडची कुलपे, शोभेच्या दारूकामाचा शिवकाशीचा उद्योग, हिऱ्यांना पैलू पाडण्याचा नवसारी (गुजरात)चा उद्योग, येवल्याचा पैठणी उद्योग अशा अनेक कुटीरोद्योगांनी व ग्रामोद्योगांनी जगभर प्रशंसा मिळविली आहे. या उद्योगांच्या समस्या दूर झाल्यास या उद्योगांना जगभर मोठी बाजारपेठ उपलब्ध होऊ शकते.

उदारीकरण, खाजगीकरण व जागतिकीकरणाचा लघुउद्योगांवर परिणाम

१९९१ मध्ये भारताने नवीन औद्योगिक धोरणाचा पुरस्कार केला. या धोरणानुसार उदारीकरण, खाजगीकरण व जागतिकीकरणाचे धोरण भारताने स्वीकारले. याचा परिणाम लघुउद्योगांवर होणे अपरिहार्य होते.

तक्ता क्र. ४ वरून असे आढळून येते की जागतिकीकरणापूर्वी (१९९०-९१) लघुउद्योगांची वार्षिक सरासरी वाढ ९.३६% इतकी झाली. जागतिकीकरणानंतर यात ४.०७% इतकी घट झाली. तसेच उत्पादनाच्या बाबतीतही जागतिकीकरणापूर्वी वार्षिक सरासरी वाढ १९.४५% होती. जागतिकीकरणानंतर यात १३.५७% घट झाली. निर्याताभिमुख लघुउद्योगांनी मात्र चांगली कामगिरी केल्याचे दिसून येते. जागतिकीकरणापूर्वी निर्यातीत वार्षिक सरासरी वाढ १८.६६% होती. जागतिकीकरणानंतर १७.५६% एवढी वाढ लघुउद्योगांनी नोंदविलेली आहे. जागतिकीकरणामुळे नवीन बाजारपेठा लघुउद्योगांना उपलब्ध झाल्या. परंतु, स्पर्धात्मकता, उत्पादनतंत्र, भांडवलक्षमता इ.ची कमतरता असल्यामुळे लघुउद्योगांवर जागतिकीकरणाचा एकूण परिणाम अनिष्ट झाला असे म्हणावे लागेल. तसेच तक्ता क्र. ३ वरून असे आढळून येते की जागतिकीकरणापूर्वी लघुउद्योगांमध्ये वार्षिक सरासरी वाढ ९.३६% होती; ती १९९०-९१ नंतर ४.०७% इतकी कमी झालेली आहे.

तक्ता क्र. २

जागतिकीकरणापूर्वी व नंतर लघुउद्योगांची वाढ

वर्ष	लघुउद्योग	मागील वर्षापेक्षा वाढ (%)	वर्ष	लघुउद्योग	मागील वर्षापेक्षा वाढ (%)
१९७३-७४	०.४२	-	१९९०-९१	६.७९	२७३.०८
१९७४-७५	०.५०	१९.०५	१९९१-९२	७.०६	३.९८
१९७५-७६	०.५५	१०.००	१९९२-९३	७.३५	४.११
१९७६-७७	०.५९	७.२७	१९९३-९४	७.६५	४.०८
१९७७-७८	०.६७	१३.५६	१९९४-९५	७.९६	४.०५
१९७८-७९	०.७३	८.९६	१९९५-९६	८.२८	४.०२
१९७९-८०	०.८१	१०.९६	१९९६-९७	८.६२	४.११
१९८०-८१	०.८७	७.४१	१९९७-९८	८.९७	४.०६
१९८१-८२	०.९६	१०.३४	१९९८-९९	९.३४	४.१२
१९८२-८३	१.०६	१०.४२	१९९९-००	९.७२	४.०७
१९८३-८४	१.१६	९.४३	२०००-०१	१०.११	४.०१
१९८४-८५	१.२४	६.९०	२००१-०२	१०.५२	४.०६
१९८५-८६	१.३५	८.८७	२००२-०३	१०.९५	४.०९
१९८६-८७	१.४६	८.१५	२००३-०४	११.४०	४.११
१९८७-८८	१.५८	८.२२	२००४-०५	११.८६	४.०४
१९८८-८९	१.७१	८.२३	२००५-०६	१२.३४	४.०५
१९८९-९०	१.८२	६.४३	२००६-०७	१२.८४	४.०५
वार्षिक सरासरी वाढ	९.३६		वार्षिक सरासरी वाढ	४.०७	

(**संदर्भ :** *लघुत्तम, लघु व मध्यम उद्योग मंत्रालय, भारत सरकार*)

तक्ता क्रमांक ३

लघुउद्योगांचे उत्पादन **(उत्पादन - कोटी रु.)**

वर्ष	उत्पादन (चालू किमती)	वाढ (%)	वर्ष	उत्पादन (चालू किमती)	वाढ (%)
१९७३-७४	७२००	-	१९९०-९१	७८८०२	-४०.४४
१९७४-७५	९२००	२७.७८	१९९१-९२	८०६१५	२.३०
१९७५-७६	११०००	१९.५७	१९९२-९३	८४४१३	४.७१
१९७६-७७	१२४००	१२.७३	१९९३-९४	९८७९६	१७.०४
१९७७-७८	१४३००	१५.३२	१९९४-९५	१२२१५४	२३.६४
१९७८-७९	१५८००	१०.४९	१९९५-९६	१४७७१२	२०.९२
१९७९-८०	२१६००	३६.७१	१९९६-९७	१६७८०५	१३.६०
१९८०-८१	२८१००	३०.०९	१९९७-९८	१८७२१७	११.५७
१९८१-८२	३२६००	१६.०१	१९९८-९९	२१०४५४	१२.४१
१९८२-८३	३५०००	७.३६	१९९९-००	२३३७६०	११.०७
१९८३-८४	४१६००	१८.८६	२०००-०१	२६१२९७	११.७८
१९८४-८५	५०५००	२१.३९	२००१-०२	२८२२७०	८.०३
१९८५-८६	६१२००	२१.१९	२००२-०३	३१४८५०	११.५४
१९८६-८७	७२३००	१८.१४	२००३-०४	३६४५४७	१५.७८
१९८७-८८	८७३००	२०.७५	२००४-०५	४२९७९६	१७.९०
१९८८-८९	१०६४००	२१.८८	२००५-०६	४९७८४२	१५.८३
१९८९-९०	१३२३००	२४.३४	२००६-०७	५८५११२	१७.५३
वार्षिक सरासरी वाढ	१९.४५		वार्षिक सरासरी वाढ	१३.५७	

(**संदर्भ :** *लघुत्तम, लघु व मध्यम उद्योग मंत्रालय, भारत सरकार*)

(अ) लघुउद्योगांच्या समस्या

(१) कच्च्या मालाची टंचाई : लघुउद्योगांची प्रमुख समस्या म्हणजे त्यांना लागणारा कच्चा माल पुरेसा व वेळेवर उपलब्ध न होणे ही होय. लघुउद्योजकांकडे कच्चा माल साठवून ठेवण्याची आर्थिक क्षमता नसते, यामुळे त्यांना प्रसंगी जादा भाव देऊन कच्चा माल विकत घ्यावा लागतो; परिणामी उत्पादन खर्च वाढतो.

(२) भांडवल टंचाई : कच्च्या मालाची खरेदी, विक्री खर्च, वाहतूक खर्च, यंत्रसामग्री इ. साठी लघुउद्योजकांना भांडवलाची गरज भासते. लघुउद्योगांना खेळत्या भांडवलाची टंचाई नेहमी भासते.

(३) जुनाट उत्पादनतंत्र : जुनाट उत्पादनतंत्रामुळे लघुउद्योग दर्जेदार व गुणवत्तापूर्ण वस्तूंचा सातत्याने पुरवठा करू शकत नाहीत, त्यामुळे त्यांची स्पर्धाशक्ती कमी होते.

(४) विक्रीच्या समस्या : लघुउद्योगांना वस्तूंची विक्री करताना प्रमाणीकरणाचा अभाव, विक्रय कलेचा अभाव, आधुनिक तंत्रज्ञान इ. अडचणी निर्माण होतात.

(५) वीज टंचाई : विजेच्या टंचाईमुळे लघुउद्योगांच्या उत्पादनक्षमतेवर अनिष्ट परिणाम होतो. विजेचे भारनियमन केले जात असल्याने उत्पादनक्षमता पूर्णपणे वापरता येत नाही. उत्पादनखर्चात वाढ होते.

(ब) कुटीरोद्योगाच्या समस्या

(१) भांडवल टंचाई : कुटीरोद्योगांना भांडवलाची टंचाई भासते. छोटी-मोठी उपकरणे, वाहतूक खर्च, कच्च्या मालाची खरेदी इ.साठी कुटीरोद्योगांना भांडवलाची गरज असते.

(२) कच्च्या मालाची टंचाई : कुटीरोद्योगांना अनेक प्रकारचा कच्चा माल आवश्यक असतो. उदा. गालिच्यांसाठी रेशीमधागे, वनस्पतीजन्य रंग, हातमागासाठी सूत इ. परंतु अनेक कुटीरोद्योगांना कच्च्या मालाची टंचाई जाणवते.

(३) विक्री सुविधेच्या अडचणी : कुटीरोद्योगांचा विकास हा विक्रीव्यवस्थेवर अवलंबून असतो. यात मध्यस्थांची साखळी मोठी असल्यास प्रत्यक्ष उत्पादन करणाऱ्या कारागिरास अल्प मोबदला मिळतो.

(४) प्रशिक्षणाचा अभाव : कुटीरोद्योगांच्या बाबतीत प्रशिक्षणाच्या सोयींचा अभाव जाणवतो.

मोठे उद्योग – वाढ व समस्या (Large Scale Industry - Growth and Problem) :

भारतातील काही निवडक मोठ्या उद्योगांची वाढ व समस्या यांचा या भागात आपण विचार करणार आहोत.

१) लोखंड व पोलाद उद्योग

देशाच्या औद्योगिकीकरणाचा वेग लोखंड व पोलाद उद्योगाच्या विकासावर अवलंबून असतो. यंत्रसामग्री व उपकरणे बनविण्यासाठी लोखंड व पोलादाची आवश्यकता असते. १९४७ मध्ये भारताची लोखंड व पोलाद उत्पादन करण्याची क्षमता १.३ दशलक्ष टन इतकी होती. पैकी १ द. ल. टन लोखंड व पोलाद उत्पादन भारतातील पहिल्या लोखंड व पोलाद कारखान्यात म्हणजेच टाटा आयर्न ॲण्ड स्टील कं. (TISCO) व ०.३ द.ल. इंडियन आयर्न ॲण्ड स्टील कं. (IISCO) कडून केले जात होते. भारतात सध्या १० द. ल. टन इतके लोखंड व पोलाद उत्पादन होते. या उद्योगात रु. ४००० कोटींची गुंतवणूक झालेली आहे. २.५ लाख इतका प्रत्यक्ष व अप्रत्यक्ष रोजगार या उद्योगातून निर्माण झालेला आहे. भिलाई व दुर्गापूर येथे लोखंड व पोलाद उद्योग अनुक्रमे १९५४, १९५५ व १९५६ मध्ये स्थापन करण्यात आले. दी स्टील अथॉरिटी ऑफ इंडिया लि. (SAIL) १९७४ मध्ये स्थापन करण्यात आली. लोखंड व पोलाद उद्योगाच्या विकासाची जबाबदारी या प्राधिकरणाकडे सोपविण्यात आली. २०११ मध्ये भारतात ६६.० द.ल. पक्क्या लोखंडाचे उत्पादन करण्यात आले.

समस्या

१) **सार्वजनिक क्षेत्रातील अकार्यक्षमता :** सार्वजनिक क्षेत्रात स्थापन झालेल्या लोखंड व पोलाद उद्योगसंस्था या अकार्यक्षमपणे चालविल्या जातात. सातत्याने हे उद्योग तोट्यात चालत आहेत.

२) **किंमत निश्चितीच्या समस्या :** लोखंड व पोलादाच्या किमती सरकार निश्चित करते. तसेच लोखंड व पोलादाच्या वितरणावर सरकारची अनेक नियंत्रणे आहेत. वाढती मागणी व कमी पुरवठा यामुळे काळा बाजार (बाजारभावापेक्षा चढ्या किमतीला वस्तू विकणे) हा दुष्परिणाम होतो.

३) **कार्यक्षमतेचा कमी उपयोग :** लोखंड व पोलाद उद्योग पूर्ण क्षमतेने उत्पादन करीत नाही. टिस्कोसारख्या खाजगी कारखान्याची क्षमता ९८% इतकी आहे, तर भिलाई येथील सार्वजनिक क्षेत्रातील कारखान्याची क्षमता ९४% वापरली जाते.

४) **उच्च क्षमता कोळशाचा अपुरा पुरवठा :** लोखंड व पोलाद उद्योगासाठी उच्च

दर्जाच्या कोळशाची आवश्यकता असते. अशा कोळशाचा पुरवठा अपुरा आहे. अशा प्रकारच्या कोळशाची काही प्रमाणात आयात करून लोखंड व पोलाद उद्योगाची गरज भागविली जाते.

२) कापड उद्योग

कापड उद्योग हा देशातील सर्वात जुना उद्योग आहे. सध्या देशात ११०० कापड गिरण्या आहेत. भारतात अत्याधुनिक कापड गिरण्या ज्याप्रमाणे आहेत, त्याचप्रमाणे हातमागावर विणलेल्या कापडाचा उद्योगही मोठ्या प्रमाणावर आहे. एकूण औद्योगिक उत्पादनाच्या २०% एवढा वाटा एकट्या कापड उद्योगाचा आहे. तसेच दोन कोटी लोकांना हा उद्योग रोजगार पुरवितो. देशातील एकूण परकीय चलनापैकी ३३% परकीय चलन या उद्योगातून होणाऱ्या निर्यातीतून मिळते. एकूणच या उद्योगाचे देशात विशेष महत्त्व आहे.

भारतातील कापड उद्योग हा प्रामुख्याने सुती कापड उद्योग आहे, कारण देशातील एकूण कापड उत्पादनात सुती कापडाचा वाटा ६५% आहे. सूत तयार करण्याचा उद्योग हा संघटित क्षेत्रात आहे.

समस्या

१) **कच्च्या मालाची टंचाई :** कापड उद्योगाचा महत्त्वाचा कच्चा माल म्हणजे कापूस होय. परंतु सूत गिरण्यांना पुरेसा कापूस उपलब्ध होत नाही. कापसाच्या उत्पादन व किमतीतील चढ-उतारामुळे सूत गिरण्या व कापड गिरण्या यांच्याही उत्पादनात अनिश्चितता निर्माण होते.

२) **आधुनिक तंत्रज्ञानाचा अभाव :** भारतातील कापड गिरण्यांची यंत्रसामग्री तसेच तंत्रज्ञान हे जुनाट व मागासलेले आहे. त्यामुळे उत्पादन खर्चात वाढ होते.

३) **स्पर्धा :** भारताने १९९१ पासून उदारीकरणाचे धोरण स्वीकारल्याने भारताची बाजारपेठ जगातील अन्य कापड उत्पादन देशांनाही खुली झाली आहे. जपान, तैवान, चीन या देशांच्या कापड उद्योगाशी स्पर्धा करण्याचे भारतासमोर आव्हान आहे. तसेच असंघटित क्षेत्रातील लहान उत्पादकांकडूनही संघटित क्षेत्रातील उत्पादकांना स्पर्धा करावी लागते. १९९१ ते २००६ पर्यंत संघटित क्षेत्रातील कापड गिरण्यांचा कापड उत्पादनातील एकूण हिस्सा ७९ टक्क्यांवरून ३ टक्क्यांपर्यंत घसरला आहे.

३) ज्यूट उद्योग

ज्यूट उद्योगाची भारतात १८८५ मध्ये सुरुवात झाली. जगातील एकूण ज्यूट

उत्पादनात भारताचा हिस्सा ३०% आहे. २.५ लाख लोकांना यातून रोजगार मिळतो. सुमारे ४० लाख कुटुंबांचा उदरनिर्वाह ज्यूट उत्पादनावर चालतो. २००७-०८ यावर्षी ज्यूटचे उत्पादन १७७५००० टन इतके होते. ज्यूटपासून सुतळी व अन्य अनेक वस्तू तयार होतात. प्रामुख्याने वेष्टनासाठी (Packeging) ज्युटचा वापर केला जातो.

समस्या

१) **कच्च्या मालाची समस्या** - ज्यूटसाठी लागणाऱ्या कच्च्या मालाची टंचाई ज्यूट उत्पादकांना भासते. कच्च्या मालाचा पुरवठा हा अपुरा व अनियमित असतो. तसेच कच्च्या ज्यूटचे भारतातील दर एकरी प्रमाणही कमी आहे.

२) **जुनाट यंत्रसामग्री** - ज्यूट उद्योगात वापरली जाणारी यंत्रे व उपकरणे जुनाट आहेत. ज्यूट उद्योगाचे आधुनिकीकरण होण्याची गरज आहे. राष्ट्रीय औद्योगिक विकास महामंडळाकडून आर्थिक मदत घेऊन या उद्योगाचे आधुनिकीकरण करण्याचा प्रयत्न केला जात आहे.

३) **पर्यायी वस्तूंची स्पर्धा** - स्वातंत्र्योत्तर काळातही भारताची ज्यूट उद्योगात मक्तेदारी होती. परंतु कृत्रिम धाग्यांची निर्मिती झाल्यापासून ज्यूटला पर्यायी वेष्टनाची स्पर्धा जाणवते. फिलिपिन्स, जपान, ब्राझिल इ. देशांशी भारताला आता स्पर्धा करावी लागते.

४) **अधिक किमती** - जुनाट यंत्रसामग्री, अकार्यक्षम व्यवस्थापन यामुळे भारतातील ज्यूट उत्पादनाचा खर्च अधिक आहे, त्यामुळे ज्यूट उत्पादनाच्या किमतीही अधिक आहेत. भारताच्या ज्यूट उद्योगाला पर्यायी वस्तूंशी स्पर्धा करावी लागते.

पेट्रो रसायन उद्योग (Petro - Chemical Industry)

पेट्रो रसायन उद्योग हा आधुनिक अर्थव्यवस्थांमध्ये मूलभूत व महत्त्वाचा उद्योग आहे. कच्च्या तेलापासून ते पेट्रोलपर्यंत जी प्रक्रिया केली जाते त्यातून अनेक उपयुक्त असे उपपदार्थ मिळतात. प्लस्टिकसाठी लागणारा कच्चा माल, डिझेल, रॉकेल, वंगण, ज्वलनासाठी लागणारा वायु (LPG) इ. पेट्रोकेमिकल पदार्थांचा वापर हा दिवसेंदिवस वाढत असून, मागणीच्या मानाने त्याचा पुरवठा कमी आहे. भारतात फक्त प्लॅस्टिकचा वापर दरवर्षी १.५ द.ल.टन इतका आहे. सहाव्या पंचवार्षिक योजनेच्या काळात भारत पेट्रो रसायनांचे उत्पादन ०.९ द.ल.टन इतके होते, तर मागणी १.५ द.ल. टनाची होती. दहाव्या पंचवार्षिक योजनेच्या कालावधीत पेट्रो रसायन उद्योगांच्या उत्पादनाचे एकूण मूल्य रु. १,२०,००० कोटी इतके होते. रु. १६,००० कोटींची पेट्रो रसायनांची निर्यात भारताने केली. खनिज तेलाच्या शुद्धीकरणात नॅशनल ऑरगॅनिक केमिकल इंडस्ट्रीज लि. (NOCIL) इंडियन पेट्रोकेमिकल्स कार्पोरेशन लि. (IPCL) यांनी महत्त्वपूर्ण कामगिरी केलेली आहे.

समस्या

१) **कमी उत्पादनक्षमता** - पेट्रो रसायन उद्योगांची केवळ ७३% उत्पादनक्षमता वापरली जाते, त्यामुळे उत्पादनखर्चात वाढ होते. उत्पादनवाढ झाल्यास आयातीवरील अवलंबन कमी होईल.

२) **मागणीपेक्षा पुरवठा कमी** - भारतातील दरडोई प्लॅस्टिकचा उपभोग १९९५-९६ मध्ये २ कि.ग्रॅ. इतका होता. अन्य विकसित देशांत तो सरासरी १७ कि.ग्रॅ. इतका आहे. कमी पुरवठा व अधिक किमती यामुळे मागणी व पुरवठ्यात अंतर दिसून येते.

३) **कच्च्या मालाच्या अधिक किमती** - प्लॅस्टिक उद्योगासाठी नाफ्था हा कच्चा माल पेट्रोकेमिकल उद्योगातून मिळतो. नाफ्थाच्या देशांतर्गत किमती या आंतरराष्ट्रीय किमतीपेक्षा अधिक असल्याने प्लॅस्टिक उद्योगाचा उत्पादनखर्च जास्त आहे. आंतरराष्ट्रीय बाजारपेठेत स्पर्धा करण्यात प्लॅस्टिक उद्योगाला यामुळे अडचणी निर्माण होतात.

४) **अत्यधिक करांचा भार** - पेट्रो उत्पादनावर केंद्र सरकारचा उत्पादन कर (Excise duties), आयात शुल्क, राज्य सरकारचे विक्रीकर हे अत्यधिक असल्याने पेट्रो रसायन उत्पादनाच्या किमती अधिक आहेत. याचा भार हा शेवटी ग्राहकांवर पडतो.

५.५ ज्ञानाधिष्ठित उद्योगाची वाढ – माहिती व तंत्रज्ञान सेवा (Growth of Knowledge Based Industry - IT, Software Consultancy)

१९७० व १९८० च्या दशकात संगणक क्रांती झाली. याच सुमारास इंटरनेटचाही वापर सुरू झाला. १९९० च्या दशकात इंटरनेट वापराचा परिणाम जगभर दिसू लागला. या इलेक्ट्रॉनिक क्रांतीचा सर्व अर्थव्यवस्थेवर परिणाम होणे अपरिहार्य होते. माहितीचे संकलन, विश्लेषण, प्रसारण व त्याचा प्रत्यक्ष उपयोग असंख्य संस्था व उत्पादकांकडून केला जातो. कृषी, कारखानदारी, बँका, विमा, प्रवास, वाहतूक, पर्यावरण, व्यापार, व्यवस्थापन, विज्ञान, तंत्रज्ञान, उत्पादन इ. असे अर्थव्यवस्थेचे व देशाचे एकही क्षेत्र नाही की ज्या ठिकाणी माहिती व तंत्रज्ञानाचा वापर केला जात नाही. माहिती म्हणजे मानवी बुद्धीचा आविष्कार असतो, म्हणजेच उत्पादन व सेवेचे प्रत्येक क्षेत्र हे ज्ञानाधारित आहे. 'ज्ञानाधिष्ठित अर्थव्यवस्था' हा शब्दप्रयोग प्रथमतः पीटर ड्रकर या व्यवस्थापनतज्ज्ञअर्थ शास्त्रज्ञाने वापरला. माहिती तंत्रज्ञानाच्या वापरामुळे श्रमाची गुणवत्ता व दर्जा यात वाढ झाली. रोजगार वाढला. उत्पादनक्षमता आणि कार्यक्षमतेत वाढ झाली.

भारताने माहिती व तंत्रज्ञानाच्या बाबतीत जगात आघाडी घेतलेली आहे. माहिती

व तंत्रज्ञान सेवा पुरविण्यात २०११ मध्ये जगातील एकूण माहिती तंत्रज्ञान सेवेत भारताचा वाटा ५८% इतका होता. २०१२ मध्ये माहिती तंत्रज्ञान सेवा, सॉफ्टवेअर व हार्डवेअर इ. ची भारताने रु. ३३१४०४ कोटी इतकी निर्यात केली. भारताची निर्यात दरवर्षी १६% एवढ्या वेगाने वाढत आहे. (तक्ता क्र. ४)

२०१२ मध्ये २,३०,००० लोकांना या क्षेत्रात रोजगार मिळेल अशी अपेक्षा होती.

भारतात इंटरनेट वापरणाऱ्यांच्या संख्येत सतत वाढ होत आहे. २००७-०८ मध्ये ४,८४६ दशलक्ष लोक इंटरनेटचा तर ७८०५ द.ल. लोक वैयक्तिक संगणकाचा वापर करीत होते. यात दरवर्षी वाढ होत आहे.

भारताच्या सकल राष्ट्रीय उत्पादनात माहिती तंत्रज्ञान सेवांचा हिस्सा २०१२ मध्ये ७.५% इतका होता.

तक्ता क्र. ४

भारतातील माहिती व तंत्रज्ञानाधारित सेवा व उद्योगाची वाढ (कोटी रुपये)

वर्ष	उद्योगाचे आकारमान (निर्यात + देशांतर्गत बाजारपेठ)	निर्यात	देशांतर्गत बाजारपेठ
२०००-०१	५५७३०	२८३२२	२७४०८
२००१-०२	६३९०५	३६२४४	२७६६०
२००२-०३	७७९२४	४७९१६	३०००८
२००३-०४	९८८७९	६१११४	३७७६५
२००४-०५	१२६२५४	८१७७३	४४४८१
२००५-०६	१६५५६९	१०७१३३	५८४३६
२००६-०७	२०२३७८	१३३९३३	६८४४५
२००७-०८	२५३११०	१६४५८२	८८५२८
२००८-०९	३१८८८५	२१८१२०	१००५६५
२००९-१०	३५१७८२	२३७५२४	११४२५८
२०१०-११	४०२८३९	२७०६८६	१३२१५३
२०११-१२	४८३४३७	३३१४०४	१५२०३३

(**संदर्भ** - *स्टॅटिस्टिकल आउटलाइन ऑफ इंडिया. टाटा प्रेस, २०१३*)

स्वाध्याय

लघुत्तरी प्रश्न

१) शिथिलीकरण (Liberalisation) म्हणजे काय ?

२) खाजगीकरण म्हणजे काय ?

३) जागतिकीकरण म्हणजे काय ?

४) लघु उद्योगाच्या समस्या लिहा.

५) लोखंड व पोलाद उद्योगाचे महत्त्व स्पष्ट करा.

६) लोखंड व पोलाद उद्योगाच्या समस्या लिहा.

७) कापड उद्योगाच्या समस्या लिहा.

८) ज्यूट उद्योगाच्या समस्या कोणत्या ?

९) ज्ञानाधिष्ठित उद्योग म्हणजे काय ?

दीर्घोत्तरी प्रश्न

१) अर्थव्यवस्थेतील उद्योगाची भूमिका स्पष्ट करा.

२) १९९१ पासूनच्या भारतातील औद्योगिक धोरणाचा आढावा घ्या.

३) भारतातील लघुउद्योगांच्या वाढीचा आढावा घ्या.

४) भारतातील पेट्रो रसायन उद्योगाची वाढ व समस्या विशद करा.

६ श्रम
(Labour)

६.१ श्रम : अर्थ व वर्गीकरण

६.२ औद्योगिक कामगाराची वैशिष्ट्ये

६.१ श्रम अर्थ व वर्गीकरण (Meaning and Classification of Labour) :

कोणत्याही प्रकारची वस्तू किंवा सेवा उत्पादित करण्यासाठी उत्पादनघटकांची आवश्यकता असते. भूमी, श्रम, भांडवल व संयोजनकौशल्य या उत्पादनघटकांच्या साहाय्याने वस्तू व सेवांचे उत्पादन केले जाते. अर्थशास्त्रात श्रम या उत्पादनघटकाचा विशिष्ट अर्थ आहे. केवळ शारीरिक कष्ट म्हणजे श्रम नव्हेत तर अर्थार्जन करण्याच्या उद्देशाने केलेले शारीरिक, बौद्धिक किंवा मानसिक श्रम म्हणजे श्रम होय. यात सामाजिक हेतूने किंवा आनंदप्राप्तीसाठी केलेल्या श्रमाचा समावेश केला जात नाही. उदा. राष्ट्रीय सेवा योजनेच्या अंतर्गत महाविद्यालयीन विद्यार्थ्यांनी केलेले श्रम किंवा समाजकार्य इ.

श्रमाचे वर्गीकरण :

१) शारीरिक व बौद्धिक श्रम : मानवी शरीराचा वापर करून केलेले श्रम म्हणजे शारीरिक श्रम होत. उदा. शेतमजूराचे श्रम तर बुद्धीचा उपयोग करून केलेले श्रम म्हणजे बौद्धिक श्रम होत. उदा. डॉक्टर, वकील, प्राध्यापक यांच श्रम !

२) उत्पादक श्रम व अनुत्पादक श्रम : दृश्य स्वरूपाची संपत्ती निर्माण करणाऱ्या

श्रमास उत्पादक श्रम असे म्हणतात. दृश्य स्वरूपातील (tangible) उत्पादन होत नसल्यास त्यास अनुत्पादक श्रम असे म्हणतात.

३) कुशल व अकुशल श्रम : विशिष्ट प्रकारची कौशल्ये असणाऱ्या कामगाराच्या श्रमास कुशल श्रम (Skilled Labour) असे म्हणतात उदा. कॉम्प्युटर ऑपरेटर, प्लंबर इ.चे श्रम! कौशल्याची आवश्यकता नसणारे श्रम म्हणजे अकुशल श्रम होत. उदा. हमालाचे श्रम !

४) व्यावसायिक व प्रशासकीय श्रम : विशिष्ट व्यवसाय करण्यासाठी विशिष्ट शिक्षण व प्रशिक्षण घ्यावे लागते. उदा. आर्किटेक्चर, इंजिनियर, वैमानिक इ. तसेच प्रशासनाचे (Administration) ही शिक्षण घ्यावे लागते. निरनिराळ्या आस्थापनांतील व्यवस्थापकांनी केलेले श्रम हे प्रशासकीय श्रम असतात. विशिष्ट प्रशासकीय पात्रता प्राप्त करून प्रशासकीय कार्ये केली जातात. उदा. लोकसेवा आयोगामार्फत प्रशासकीय सेवक वर्गाची भरती, जिल्हाधिकारी किंवा उपजिल्हाधिकारी यांची प्रशासकीय सेवा इ.

श्रमाची वैशिष्ट्ये :

१) श्रम नाशवंत असतात : श्रमाचा साठा करून ठेवता येत नाही. ज्या वेळेचे श्रम त्याच वेळी वापरावे लागतात. अन्यथा ते वाया जातात.

२) श्रम व श्रमिक एकच असतात : श्रमाला श्रमिकापासून वेगळे करता येत नाही. श्रम म्हणजेच श्रमिक होय. म्हणून श्रमिकाच्या भावनांचा, बुद्धीचा, शरीराचा, विचार करणे आवश्यक ठरते.

३) श्रमिकाची सौदाशक्ती कमी असते : एकट्या श्रमिकाची वेतनाच्या बाबतीत किंवा सेवाशर्तीबाबत वाटाघाटी किंवा सौदा करण्याची शक्ती मर्यादित असते, म्हणून वेतन किंवा सेवाशर्ती ठरविण्यासाठी त्याला संघटित व्हावे लागते.

४) श्रमाचा पुरवठा : जसजसे वेतन वाढते तसतसा कामगाराच्या जीवनमानाचा दर्जा वाढतो. आणि कामाऐवजी काम न करणे तो उच्च वेतनदर असतानाही स्वीकारतो. त्यामुळे श्रमाचा पुरवठावक्र पाठीमागे झुकणारा असतो. म्हणजेच उच्च वेतनदराला पुरवठ्यात वाढ न होता पुरवठा कमी होतो.

५) श्रमाची मागणी : श्रमाच्या साहाय्याने तयार होणाऱ्या वस्तूच्या मागणीवर श्रमाची मागणी अवलंबून असते. ज्या वस्तूला मागणी जास्त त्या वस्तूच्या श्रमालाही मागणी अधिक असते. उदा. सध्या माहिती तंत्रज्ञान व सेवांना अधिक मागणी असल्याने अशी सेवा पुरविणाऱ्या कुशल श्रमिकांना अधिक मागणी आहे.

६) श्रमिकाची गतिक्षमता : एका ठिकाणाहून दुसऱ्या ठिकाणी, एका व्यवसायातून दुसऱ्या व्यवसायात जाण्याची श्रमिकाची क्षमता म्हणजे श्रमिकाची गतिक्षमता होय. श्रमिकाच्या गतिक्षमतेवर, आवडनिवड, कौशल्य, क्षमता, नवीन परिस्थितीशी जुळवून घेण्याची क्षमता भौगोलिक, भाषिक व सांस्कृतिक मर्यादांचा प्रभाव पडतो, त्यामुळे श्रमिकाच्या गतिक्षमतेत अडथळे निर्माण होता.

६.२ औद्योगिक कामागाराची वैशिष्ट्ये (Characteristics of Industrial Labour) :

औद्योगिक कामगार म्हणजे वस्तुत: लघु, मध्यम किंवा मोठ्या अशा सर्व कारखान्यांत काम करणारा कामगार होय, परंतु भारतात औद्योगिक कामगार याचा अर्थ ज्या कारखान्यांना फॅक्टरी ॲक्ट लागू होतो अशा कारखान्यात काम करणारा कामगार होय.

भारतातील औद्योगिक कामगारांची वैशिष्ट्ये :

१) कामगारांची संख्या : राष्ट्रीय नमुना पाहणीच्या ६१ व्या पाहणीनुसार भारतातील औद्योगिक कामगारांची संख्या एकूण कामगारांच्या फक्त १.४३% इतकी आहे. संघटित व असंघटित क्षेत्रात देशात २००४ मध्ये ४ कोटी २३ लक्ष कामगार काम करीत होते, तर औद्योगिक कामागारांची संख्या ६.०९ दशलक्ष इतकी होती. अर्थात औद्योगिक क्षेत्राचे महत्त्व लक्षात घेता औद्यागिक कामगारांचे स्थानही अर्थव्यवस्थेत महत्त्वाचे आहे.

२) अशिक्षितता : भारतातील औद्योगिक कामगारांचे दुसरे वैशिष्ट्य म्हणजे त्यांच्यातील अज्ञान व अशिक्षितता होय. यामुळे भारतातील कामगार संघटना ह्या दुर्बल व कमकुवत आहेत.

३) कमी गतिक्षमता : कौशल्ये व प्रशिक्षणाचा अभाव व ग्रामीण भागातून स्थलांतर केल्यामुळे निर्माण होणारे सामाजिक व आर्थिक प्रश्न इ. मुळे भारतीय कामगारांत गतिक्षमतेचा अभाव असतो.

४) कमकुवत कामगार संघटना : सौदाशक्तीत वाढ होण्यासाठी कामगार संघटना बळकट असणे आवश्यक असते, परंतु भारतातील कामगार संघटना जात, धर्म, विभाग, प्रदेश इ. मध्ये विभागल्या गेल्या आहेत.

५) गैरहजेरी : बेशिस्त व दैनंदिन कामावर गैरहजर राहण्याचे प्रमाण भारतातील औद्योगिक कामगारांमध्ये जास्त आहे, त्यामुळे उत्पादनावर विपरीत परिणाम होतो.

६.३ औद्योगिक कलह - कारणे, प्रतिबंधात्मक उपाय व तडजोडीसाठी उपाययोजना (Industrial Dispute - Causes, Measures for Settlement) :

औद्योगिक कलह : औद्योगिक कलह कायदा १९४७ (Industrial Dispute Act 1947) नुसार रोजगार किंवा बिगर रोजगार अथवा रोजगाराच्या शर्ती किंवा श्रम करण्यासाठीचे वातावरण यासंबंधी मालक व कामगार किंवा कामगार व कामगार यांच्यातील कोणताही वाद किंवा मतभेद म्हणजे औद्योगिक कलह होय.

कामगार व मालक यांच्यात काम, कामाच्या सेवाशर्ती, वातावरण, बडतर्फी इ. वरून जे कलह, वाद किंवा मतभेद होतात त्यास औद्योगिक कलह असे म्हणतात. यांच्यात तडजोड न झाल्यास संप किंवा टाळेबंदी अशा घटना घडतात. देशातील उत्पादनात वाढ होण्यासाठी औद्योगिक शांतता महत्त्वाची असते, त्यामुळे औद्योगिक कलह निर्माण होऊ नये किंवा औद्योगिक कलह निर्माण झाल्यास त्यात शांततामय तडजोड होऊन औद्योगिक कलह मिटावा यासाठी अनेक उपाययोजना औद्योगिक कलह कायदा १९४७ नुसार केलेल्याच आहेत, परंतु तत्पूर्वी औद्योगिक कलहाची प्रमुख कारणे कोणती हे अभ्यासणे आवश्यक आहे.

औद्योगिक कलहाची कारणे :

१) वेतन : वेतन व तदनुषंगिक भत्ते हे औद्योगिक कलहाचे महत्त्वाचे कारण आहे. अनेकदा मालकांच्या नफ्यात वाढ होते; परंतु कामगारांच्या वेतनात मात्र वाढ होत नाही. तसेच किंमतवाढ होत असताना महागाईभत्त्यात वाढ होत नसल्यास कामगारांचे वास्तव उत्पन्न कमी होऊन त्यांच्यात असंतोष निर्माण होतो. यामुळे औद्योगिक कलहास सुरुवात होते, तसेच बोनस न देणे हेही औद्योगिक कलहाचे कारण आहे.

२) कामगाराची बडतर्फी : औद्योगिक कलहाचे हे दुसरे महत्त्वाचे कारण आहे. यांत्रिकीकरण, कामगार कपातीचे धोरण इ. मुळे कामगार व मालक यांच्यात वितुष्ट निर्माण होऊन औद्योगिक कलह होतात.

३) कामाचे ठिकाणी असणारे वातावरण : वस्तुत: फॅक्टरी ॲक्टनुसार कामगार ज्या ठिकाणी काम करतात त्या ठिकाणी खेळती हवा, स्वच्छतागृहे, कॅण्टिन, करमणूक केंद्रे (Recreation Hall), स्वच्छता, सुरक्षा इ. गोष्टी पुरविणे बंधनकारक आहे. कामगारांच्या सुरक्षेची योग्य काळजी न घेतल्याने अनेकदा अपघात होतात. या सोयी व सुरक्षा न पुरविल्यास अनेकदा कामगार व मालक यांच्यात वाद व मतभेद होतात.

४) कामगारांचे शोषण : अनेकदा व्यवस्थापनाकडून कामगारांचे आर्थिक शोषण होते. कमी वेतन देणे, कायम न करणे, दुर्व्यवहार करणे, भ्रष्टाचार, कामगार संघटनांमध्ये

फूट पाडण्याचा प्रयत्न करणे इ. मुळे औद्योगिक कलह निर्माण होतो.

५) सामाजिक सुरक्षिततेचा अभाव : अपघात, आजार, वृद्धत्व, मातृत्व इ. काळात जे फायदे कामगारास देणे आवश्यक असते ते न दिल्यास औद्योगिक कलह होतो.

औद्योगिक कलह सोडविण्यासाठी प्रतिबंधात्मक उपाय :

१) कार्य समिती (Works Committes) : औद्योगिक कलह कायदा १९४७ नुसार १०० वा त्यापेक्षा अधिक कामगार असणाऱ्या कारखान्यांमध्ये कार्य समिती नेमणे आवश्यक आहे. या समितीत उद्योजक व कामगार यांचे प्रतिनिधी असतात. औद्योगिक कलह निर्माण झाल्यास तो या कार्यसमितीने सोडवावा अशी जबाबदारी या समितीवर सोपविलेली आहे, परंतु औद्योगिक कलह सोडविण्यास या समित्या निष्क्रिय व निरुपयोगी ठरल्या आहेत.

२) संयुक्त व्यवस्थापन परिषद : संयुक्त व्यवस्थापन परिषदेवर कामगार व मालक यांचे प्रतिनिधी असतात. व्यवस्थापन परिषदेवर कामगारांचा प्रतिनिधी असल्यास कामगारांना व्यवस्थापन व कारखाना याबद्दल आत्मीयता वाटते व औद्योगिक कलह निर्माण झाल्यास कामगार प्रतिनिधीमार्फत आपले म्हणणे मांडण्याची संधी मिळते.

३) बोनस कायदा : कारखान्याच्या नफावाढीमध्ये कामगारांचा सहभाग असतो. त्यामुळे नफ्यातील काही हिस्सा कामगारांना बोनस रूपात देण्याचे बंधन १९६५ च्या बोनस कायद्यामुळे मालकांवर आहे. यामुळे औद्यागिक शांततेस मदत होते.

४) वेतन मंडळे : वेतनवाढ हे औद्योगिक कलहाचे प्रमुख कारण आहे. यासाठी भारत सरकारने अनेक उद्योगांसाठी वेतन मंडळे (Wage Boards) निर्माण केली. निरनिराळ्या उद्योगांतील वेतननिश्चिती या बोर्डाकडून केली जाते व औद्योगिक कलह दूर होऊ शकतो.

५) अत्यावश्यक सेवा अध्यादेश : १९८१ मध्ये भारताच्या राष्ट्रपतींनी अत्यावश्यक सेवा अध्यादेश जारी केला. मेंटेनन्स ऑफ इसेंन्शिअल ॲक्टनुसार अनावश्यक संप करण्यास मनाई करण्यात येते. ज्या सेवा सरकार अत्यावश्यक ठरविते त्यांच्या बाबतीत अध्यादेश काढून संपबंदी करण्यात येते, यामुळेही औद्योगिक कलहास आळ बसू शकतो.

तडजोडीसाठी उपाययोजना (Measures for Settlement)

औद्योगिक कलह मिटविण्यासाठी अनेक उपाययोजना करण्यात आलेल्या आहेत. त्या पुढीलप्रमाणे :

१) तडजोड अधिकारी : कामगार व मालक यांच्यात औद्योगिक कलह निर्माण झाल्यास या दोहोत तडजोड घडवून आणण्यासाठी सरकार तडजोड अधिकाऱ्याची नेमणूक करते. दोन्ही बाजूंचे म्हणणे ऐकून कायद्यानुसार व सामोपचाराने तडजोड अधिकाऱ्याने तडजोड घडवून आणायची असते. अशी तडजोड कामगार व मालक यांच्यावर बंधनकारक किंवा ऐच्छिक असू शकते.

२) तडजोड मंडळ : औद्योगिक कलह कायद्यानुसार औद्योगिक कलह निर्माण झाल्यास सरकार तडजोड मंडळ नेमते. यात एक अध्यक्ष व मालक व कामगारांचे प्रतिनिधी असतात. कामगार व मालक यांची बाजू ऐकून योग्य त्या निर्णयासह तडजोड मंडळ आपला अहवाल सरकारला सादर करते.

३) लवाद : तडजोडीच्या मार्गाने औद्योगिक लवाद न मिटल्यास तो लवादाकडे सोपविला जातो. मालक व कामगार यांची बाजू ऐकून लवाद आपला निर्णय देते. भारतात बहुधा हा निर्णय सक्तीचा असतो; म्हणजेच कामगार व मालक यांच्यावर तो बंधनाकारक असतो. लवादाविरुद्ध श्रम न्यायालयात दाद मागता येते.

४) श्रम न्यायालय (Labour Court) : श्रम न्यायालयात औद्योगिक कलहाच्या कायदेशीर बाबींची छाननी व तपासणी केली जाते. श्रम न्यायालय न्यायाधीशाची नेमणूक सरकार करते. औद्योगिक कलहावर निर्णय देण्याचे कायदेशीर कार्य औद्योगिक न्यायालय करते.

५) औद्योगिक न्यायाधिकरण (Industrial Iribunal) : औद्योगिक कलह कायद्यानुसार सरकार औद्योगिक न्यायाधिकरणाची स्थापना करू शकते. अशा न्यायाधिकरणावर उच्च न्यायालयाची न्यायाधीश असणारी व्यक्ती नियुक्त केली जाते. वेतन व भत्ते, नुकसानभरपाई, कामाचे तास, भविष्यनिर्वाह निधी, कामगार कपात इ. चा कायद्याच्या चौकटीत अभ्यास करून न्यायाधिकरण निर्णय देते. राष्ट्रीय न्यायाधिकरण हे सर्वोच्च असून त्याचा निर्णय बंधनकारक असतो.

६.४ भारतातील सामाजिक सुरक्षितता उपाययोजना (Social Security Measures in India) :

आज अपघात, वृद्धत्व, अंपगत्व, मातृत्व इ. आपत्कालीन परिस्थितीत कामगारांना वित्तीय मदत व सुरक्षितता मिळवून देणे सर्व देशांमध्ये महत्त्वाचे मानले जाते. आंतरराष्ट्रीय श्रम संघटनेच्या (ILO) मते समाजाने योग्य संघटनेद्वारे आपल्या आपत्तिग्रस्त सभासदांना सुरक्षितता प्रदान केली पाहिजे.

भारतातील सामाजिक सुरक्षितता उपाययोजना पुढीलप्रमाणे आहेत.

१) नुकसानभरपाई कायदा : (१९२३) अनेकदा कारखान्यात काम करतांना कामगारांना अपघात होतात. अधूपणा किंवा अंपगत्व येते. यासाठी कामगाराला नुकसानभरपाई देण्यासाठी हा कायदा करण्यात आला.

२) कर्मचारी राज्य विमा कायदा (१९४८) : वीसपेक्षा अधिक कामगार असलेल्या व वीज वापर करणाऱ्या सर्व कारखान्यांना हा कायदा लागू झालेला आहे. यामुळे आजारपण, वैद्यकीय लाभ, अपंगत्व झाल्यास नुकसान-भरपाईचा लाभ, मातृत्व लाभ (पगारी सुट्टी, रोख लाभ, वैद्यकीय मदत इ.) तसेच आयुर्विम्याचा लाभ या योजनेमुळे मिळतो.

३) भविष्यनिर्वाह निधी कायदा (१९५२) : निवृत्त झाल्यावर भविष्याचा निर्वाह व्हावा यासाठी आणि भविष्याबद्दलची सुरक्षितता व निश्चितता कामगाराच्या मनात निर्माण व्हावी यासाठी भविष्यनिर्वाह निधी कायदा संमत करण्यात आला. कामगाराच्या वेतनातून ८ ते १०% रक्कम व तेवढीच रक्कम मालक किंवा संबंधित कारखान्याच्या व्यवस्थापनाकडून भविष्य निर्वाह निधीत जमा केली जाते. निवृत्तीनंतर व्याजासह ही रक्कम कामगारास मिळते.

४) मातृत्व लाभ कायदा (१९६१) : महिला कामगाराला प्रसूतीकाळात पगारी सुट्टी, वैद्यकीय मदत या प्रकारे मातृत्वलाभ या कायद्यामुळे मिळतो. प्रसूतीपूर्वी १६० दिवस कारखान्यात व आस्थापनेत स्त्री कामगाराने काम केल्यास हा लाभ मिळण्यास स्त्री कामगार पात्र ठरते.

५) असंघटित क्षेत्रातील कामगारांसाठी सामाजिक सुरक्षितता कायदा २००८ : नॅशनल कमिशन फॉर एंटरप्राइजेस इन द अनऑर्गनाइज्ड सेक्टर या राष्ट्रीय आयोगाच्या मते असंघटित क्षेत्रातील कामगार म्हणजे असा कामगार की ज्याला त्याच्या मालकाकडून सामाजिक सुरक्षिततेचे कोणतेही लाभ मिळत नाहीत. २००५ मध्ये भारतीय अर्थव्यवस्थेत एकूण कामगारांच्या ८६% कामगार हे असंघटित क्षेत्रात काम करीत होते.

असंघटित क्षेत्रातील कामगारांना सामाजिक सुरक्षितता देण्यासाठी भारत सरकारने असंघटित कामगार सामाजिक सुरक्षितता कायदा २००८ संमत केला असून ३० डिसें. २००८ पासून तो लागू झालेला आहे. या कायद्यानुसार १८ ऑगस्ट २००९ रोजी राष्ट्रीय सामाजिक सुरक्षितता मंडळ स्थापन करण्यात आले असून आजार अपघात, वृद्धत्व, मातृत्वलाभ, भविष्यनिर्वाह, इ. लाभ मिळवून देण्यासाठी हे मंडळ कार्यरत राहील.

स्वाध्याय

लघुत्तरी प्रश्न

१) श्रम ही संकल्पना स्पष्ट करा.

२) श्रमाचे वर्गीकरण ही संकल्पना स्पष्ट करा.

३) श्रमाची वैशिष्ट्ये लिहा.

४) औद्योगिक कामगाराची वैशिष्ट्ये स्पष्ट करा.

५) औद्योगिक कलह म्हणजे काय ?

दीर्घोत्तरी प्रश्न

१) औद्योगिक कलहाची कारणे स्पष्ट करा.

२) औद्योगिक कलह मिटविण्यासाठी प्रतिबंधात्मक उपाय कोणते ?

३) औद्योगिक कलहाच्या तडजोडीसाठी करण्यात आलेल्या उपाययोजना स्पष्ट करा.

४) भारतातील सामाजिक सुरक्षितता उपाययोजनांचा आढावा घ्या.

७ नियोजन
(Planning)

७.१ नियोजन - अर्थ व संकल्पना, गरज व उद्दिष्टे (Meaning, Concept, Need and Objectives)

प्रत्येक उपक्रमात नियोजन हे सर्वांत महत्त्वाचे असते. नियोजनाची व्याख्या वेगवेगळ्या विचारवंतांनी वेगवेगळ्या प्रकारे केलेली आहे.

डॉ. डाल्टन – 'आर्थिक नियोजन म्हणजे पूर्वनियोजित उद्दिष्टे साध्य करण्यासाठी संसाधनाच्या मालकांनी जाणीवपूर्वक घेतलेले निर्णय, आर्थिक क्रियांना जाणीवपूर्वक दिलेली दिशा होय.'

डिकिन्सन – 'संपूर्ण अर्थव्यवस्थेच्या पाहणीनंतर, आढावा घेतल्यानंतर शासनाने मूलभूत आर्थिक प्रश्नांसंबंधी घेतलेले निर्णय अथवा उपलब्ध साधनसंपत्तीचे विविध क्षेत्रांत वाटप होय.'

भारताने सुरुवातीला मिश्र अर्थव्यवस्था स्वीकारली. मिश्र अर्थव्यवस्थेत नियोजनाला सर्वाधिक महत्त्व असते. मुक्त अर्थव्यवस्थेत सरकारी नियंत्रणे कमी असतात. मिश्र अर्थव्यवस्थेत मात्र नियोजनाला महत्त्व असते. नियोजनबद्ध अर्थव्यवस्थेत सरकारकडून विकासाचे प्राधान्यक्रम ठरविले जातात. उपलब्ध असलेल्या साधनसंपत्तीचे विकासाच्या दृष्टीने वापर करण्याचे अग्रक्रम ठरविले जातात. समाजवादी अर्थव्यवस्थेत विकासाचे व संपूर्ण आर्थिक व्यवस्थेचे नियोजन केले जाते.

नियोजन प्रक्रिया

नियोजन करणे आवश्यक असले तरी ते काही सोपे काम नाही. ती एक अवघड अशी प्रक्रिया आहे. नियोजन करताना विकासाचे अग्रक्रम ठरवावे लागतात. समाजातील सर्व घटकांच्या हितसंबंधांचा विचार प्राधान्याने करावा लागतो. समतोल आर्थिक विकासाच्या दृष्टीने नियोजन हे फार महत्त्वाचे असते. शेती, उद्योग, व्यापार, पायाभूत सुविधा आदींना विकासाचे नियोजन करताना महत्त्व द्यायला हवे. नियोजन करताना पुढील टप्पे महत्त्वाचे आहेत-

- नियोजन करण्यापूर्वी संबंधित घटकांचा प्रकल्प अहवाल तयार करणे आवश्यक आहे. आपण कोणती उद्दिष्टे साध्य करणार आहोत, त्यासाठी योग्य ती माहिती संकलित करणे आवश्यक आहे. आत्तापर्यंत साध्य केलेल्या उद्दिष्टांचाही विचार त्यात होणे आवश्यक आहे.

- प्रकल्प अहवाल तयार करताना त्या क्षेत्रातील तज्ज्ञ व्यक्तींच्या मतांचा विचार किंवा त्यांच्या संशोधनाची मदत घेणे आवश्यक ठरते. विकासाचा आराखडा तज्ज्ञांच्या मदतीनेच करणे आवश्यक ठरते.

- नियोजन करताना सर्वप्रथम प्राधान्यक्रम ठरवावे लागतात. अगदी महत्त्वाच्या बाबींना अग्रक्रम द्यावा लागतो. काही वेळा परिस्थितीनुसार हा प्राधान्यक्रम बदलू शकतो. प्राधान्यक्रम निश्चित केल्याशिवाय नियोजनाप्रमाणे विकासाचे काम करता येणार नाही.

- नियोजनाप्रमाणे विकासक्रम निश्चित केल्यानंतर काम उभे करण्यासाठी उपलब्ध असणाऱ्या साधन सामुग्रीचा आढावा घेतला जातो. उद्दिष्टांची पूर्तता करण्यासाठी उपलब्ध असणारी नैसर्गिक साधनसंपत्ती, गौण-खनिजसंपत्ती आदींचा प्राधान्याने विचार करावा लागतो. उपलब्ध असलेल्या संशोधनाचाही आधार घ्यावा लागतो. उद्दिष्टे साध्य करण्यासाठी विविध प्रकारची माहिती गोळा करावी लागते. नेमकी कोणती व किती साधनसंपत्ती गोळा करावी लागेल याचीही माहिती ठेवावी लागते. निधी किती लागेल व तो कसा उभा करण्यात येणार आहे, याचाही आराखडा तयार करावा लागतो.

- नियोजनात प्रकल्पाच्या मूल्यमापनालाही विशेष महत्त्व आहे. जेवढा पैसा किंवा साधनसामुग्री गुंतविण्यात आली त्या तुलनेत प्रकल्पाचा किती प्रमाणात लाभ होणार आहे याचाही अभ्यास या नियोजनात अत्यंत महत्त्वपूर्ण आहे. लाभ-हानीचा विचार केला नाही तर त्या प्रकल्पाचा काही उपयोग होणार नाही. त्या प्रकल्पातून योग्य ती फलनिष्पत्ती साध्य होणार नसेल तर त्या प्रकल्पाचे

पुनरावलोकन करणे आवश्यक आहे.

- नियोजन प्रक्रियेत वेळेलाही अतिशय महत्त्वाचे स्थान आहे, त्यामुळे प्रकल्प साकार होत असताना वेळेचे नियोजन होणे आवश्यक आहे.

आर्थिक नियोजनाची आवश्यकता (Need of Planning) :

अर्थव्यवस्था कोणत्याही प्रकारची असो, मुक्त, भांडवलशाही, समाजवादी, साम्यवादी अशा सर्व अर्थव्यवस्थांना आर्थिक नियोजन करण्याची आवश्यकता असते. अशी गरज पुढील कारणांमुळे निर्माण होते.

१) जलद आर्थिक विकास : सकल राष्ट्रीय उत्पादनात सातत्यपूर्ण वाढ घडवून आणणे आवश्यक असते, त्यामुळे देशातील उत्पन्न, उत्पादन, रोजगार यात वाढ होते. देशातील दरडोई उत्पन्न वाढून लोकांच्या राहणीमानाचा दर्जा वाढतो. यासाठी देशाच्या उपलब्ध साधनसामग्रीचा नियोजित वापर करण्याची गरज असते.

२) वस्तू व सेवांचे उत्पादन : अर्थव्यवस्थेत असंख्य वस्तू व सेवांचे उत्पादन होत असते. जीवनावश्यक वस्तूंचे उत्पादन तसेच शिक्षण, आरोग्य, वाहतूक, बँका, विमा इ. सेवांचा पुरवठा होणेही गरजेचे असते. उत्पादन घटकांचा पर्याप्त वापर करून वस्तू व सेवांचे उत्पादन करावे लागते. यासाठी आर्थिक नियोजनाला पर्याय नसतो.

३) उत्पन्न विषमता व दारिद्र्यनिर्मूलन : देशातील साधनसामग्री जर काही थोड्या व्यक्तींच्या हातात केंद्रीभूत झाली तर उत्पन्न विषमता निर्माण होते. श्रीमंत अधिक श्रीमंत व गरीब अधिक गरीब होतात. अशा प्रकारची आर्थिक विषमता निर्माण झाल्यास सामाजिक अशांतताही निर्माण होते, यासाठी आर्थिक नियोजनद्वारे दारिद्र्य निर्मूलन आणि आर्थिक विषमतेविरुद्ध उपाययोजना करता येतात.

४) बेरोजगारी दूर करणे : वस्तू व सेवांचे उत्पादन करण्यासाठी भूमी किंवा नैसर्गिक साधने, श्रम, भांडवल व संयोजनकौशल्य यांची आवश्यकता असते. हे उत्पादनघटक वापरले गेले नाहीत किंवा त्यांचा अपुरा उपयोग झाला तर बेरोजगारी निर्माण होते. यासाठी उत्पादनघटकांचा योग्य वापर करून बेरोजगारी दूर करण्यासाठी आर्थिक नियोजन आवश्यक असते. यासाठी उत्पादन घटकांचा योग्य वापर करून बेरोजगारी दूर करण्यासाठी आर्थिक नियोजन आवश्यक ठरते.

५) व्यापारचक्राविरुद्ध उपाययोजना : अर्थव्यवस्थेत जी अल्प वा दीर्घ काळासाठी तेजी - मंदीची चक्रे निर्माण होतात त्यास व्यापारचक्र म्हटले जाते. उत्पन्न, उत्पादन व रोजगार यावर व्यापारचक्रांचा अनिष्ट परिणाम होतो. आर्थिक नियोजनाद्वारे या व्यापारचक्रांविरुद्ध उपाययोजना करता येणे शक्य होते.

६) सामाजिक न्याय : आर्थिक नियोजनाचा प्रमुख उद्देश आर्थिक विकासाच्या माध्यमातून सामाजिक कल्याण साधणे हा असतो. शिक्षण, आरोग्य, पिण्याचे शुद्ध पाणी, अन्नधान्याची उपलब्धता, रोजगार इ. बाबत प्रत्येक व्यक्तिला विकासाच्या न्याय्य संधी मिळणे आवश्यक असते, यासाठी आर्थिक नियोजन गरजेचे ठरते.

नियोजनाची प्रमुख उद्दिष्टे (Objectives of Planning)

देशातील परिस्थितीनुसार, गरजेनुसार, साधनसामुग्रीच्या उपलब्धतेनुसार आर्थिक नियोजनाची उद्दिष्टे वेगवेगळ्या देशांत वेगवेगळ्या प्रकारची असतात. भारतातील आर्थिक नियोजनाची उद्दिष्टे सर्वसाधारणपणे पुढीलप्रमाणे सांगता येतील-

१) राष्ट्रीय उत्पन्नात वाढ करणे : देशाच्या राष्ट्रीय उत्पन्नात वाढ झाली तर दरडोई उत्पन्नातही वाढ होते व देशाचा आर्थिक विकास होतो. राष्ट्रीय उत्पन्नाच्या वाढीवरच देशाचा विकास अवलंबून असतो, म्हणून आर्थिक विकास व राष्ट्रीय उत्पन्नात वाढ करणे हे नियोजनाचे मुख्य उद्दिष्ट असते. देशात उपलब्ध असलेल्या साधनसामुग्रीचा यथोचित वापर करून देशाचा सुयोग्य पद्धतीने विकास करण्यासाठी नियोजन अतिशय महत्त्वाचे आहे.

२) दारिद्र्यनिर्मूलन : दारिद्र्यामुळे देशात अनेक गंभीर स्वरूपाच्या समस्या निर्माण होतात. त्याचा परिणाम देशाच्या विकासप्रक्रियेवर होतो, त्यामुळे शासनाची आर्थिक धोरणे फसण्याची शक्यता असते. दारिद्र्याचे प्रमाण जेवढे जास्त तेवढा देश मागासलेला असतो; म्हणून दारिद्र्याचे निर्मूलन करणे हे नियोजनाचे सर्वात महत्त्वाचे उद्दिष्ट आहे.

३) बेरोजगारी कमी करणे : वाढत्या लोकसंख्येमुळे बेरोजगारीची समस्या सतत वाढतच आहे. रोजगाराच्या संधी कमी प्रमाणात उपलब्ध होतात. बेरोजगारीमुळे देशातील मानवी साधनसंपत्ती वाया जाते. मानवी साधनसंपत्तीला काम न मिळणे धोक्याचे असते, म्हणून आर्थिक नियोजनात बेरोजगारी कमी करणे हे नियोजनाचे महत्त्वाचे उद्दिष्ट ठरविलेले आहे.

४) आर्थिक विषमता कमी करणे : साधनसामुग्रीचे विषम वाटप झाले की त्यामुळे समाजात आर्थिक विषमता वाढते. मूठभर लोकांकडे मोठ्या प्रमाणात साधनसंपत्तीचे केंद्रीकरण झाले की मग मोठा लोकसमुदाय गरीब राहतो. गरीब आणि श्रीमंत यांच्यातील अंतर कमी करण्यासाठी नियोजन हे सर्वात महत्त्वाचे आहे.

५) आर्थिक स्थैर्य निर्माण करणे : मागणी-पुरवठ्यातील तफावतीमुळे किमतीच्या पातळीत अस्थैर्य निर्माण होते व त्यातून आर्थिक अस्थैर्य निर्माण होते. आर्थिक

अस्थैर्याचा आर्थिक क्षेत्रावर परिणाम होतो. हे दुष्परिणाम टाळण्यासाठी-आर्थिक स्थैर्य निर्माण करण्यासाठी-नियोजनाला सर्वाधिक महत्त्व आहे.

६) प्रादेशिक विषमता कमी करणे : देशातील काही राज्ये विकसित राज्ये तर काही राज्ये अविकसित राज्ये आहेत. अशा परिस्थितीत विकासाचा असमतोल निर्माण होतो. देशातील मागासलेल्या भागाचा विकास करण्यासाठी आर्थिक नियोजन करणे आवश्यक आहे; म्हणून प्रादेशिक विषमता नष्ट करणे हे नियोजनाचे महत्त्वाचे उद्दिष्ट आहे.

७) पर्यावरणाचे रक्षण करणे : आधुनिक काळात पर्यावरणाचा प्रश्न खूपच बिकट बनलेला आहे. वाढत्या प्रदूषणामुळे पर्यावरणाचा ऱ्हास होत आहे. पर्यावरणाचा ऱ्हास थांबविण्यासाठी आर्थिक नियोजन हे अत्यंत महत्त्वाचे आहे.

८) आधुनिकीकरण : जागतिकीकरणाच्या प्रक्रियेत टिकून राहायचे असेल तर अर्थव्यवस्थेचे आधुनिकीकरण करणे अत्यावश्यक आहे. आधुनिक शोध, संशोधन, तंत्रज्ञान यांच्या साहाय्याने उत्पादनात वाढ करणे आवश्यक आहे; म्हणून अर्थव्यवस्थेचे आधुनिकीकरण हे नियोजनाचे प्रमुख उद्दिष्ट आहे.

अल्पकालीन नियोजन – दीर्घकालीन नियोजन : कालावधीनुसार नियोजनाचे अल्पकालीन व दीर्घकालीन हे दोन प्रकार पडतात. अल्पकालीन नियोजन हे १ ते ३ वर्षांचे असते तर दीर्घकालीन नियोजन जास्त कालावधीसाठी असते. भारतीय अर्थव्यवस्थेत एक वर्षाच्या अल्पकालीन योजना १९६६-६७, १९६७-६८, १९६८-६९ साली आखण्यात आल्या होत्या.

७.२ नियोजनाचे प्रकार – गुणदोष (Types of Planning - Merits and Demerits) :

१) केंद्रित नियोजन :- मध्यवर्ती नियोजन समितीमार्फत हे नियोजन केले जाते. संपूर्ण राष्ट्राचे व्यापक हित डोळ्यांसमोर ठेवून हे नियोजन केले जाते. मध्यवर्ती नियोजन मंडळ दूरदृष्टीने निर्णय घेते व नियोजनाची उद्दिष्टेही ठरविते.

गुण : १) केंद्रीय नियोजन मध्यवर्ती समितीतर्फे केले जाते, त्यामुळे निर्णय योग्य व काळजीपूर्वक घेतले जातात.

२) केंद्रीय समिती देशाच्या आर्थिक स्थितीचा वस्तुनिष्ठपणे आढावा घेऊन अंमलबजावणी करते.

३) केंद्रीय समितीचे अंमलबजावणीवर लक्ष असल्याने उद्दिष्टांची व लक्ष्यांची पूर्तता होते.

दोष : १) या पद्धतीचा महत्त्वाचा दोष म्हणजे निर्णयप्रक्रियेत सर्वसमावेशकता नसते.

२) मध्यवर्ती समिती नियोजनाची प्रक्रिया राबविते, त्यामुळे लोकसहभाग व लक्ष्यांची पूर्तता करण्याची जबाबदारी प्रामुख्याने सरकारी नोकरांवर असते, त्यामुळे नियोजनाचे यश नोकरीच्या कार्यक्षमतेवर अवलंबून असते.

२) विकेंद्रित नियोजन :- महत्त्वाचे निर्णय केंद्रीय पातळीवर होतात. इतर निर्णय स्थानिक क्षेत्राकडून घेतले जातात. उदा. जिल्हा नियोजन, तालुकापातळीवरील नियोजन, स्थानिक पातळीवरील नियोजन हे विकेंद्रित नियोजन होय.

गुण : १) हे नियोजन लोकशाही पद्धतीचे असल्याने निर्णयप्रक्रियेत लोकांचा सहभाग जास्त असतो.

२) बाजारयंत्रणा मागणी, पुरवठा व नफा यावर आधारित असते. हे नियोजन बाजारयंत्रणेला अधिक स्वातंत्र्य देते.

३) या नियोजनात सार्वजनिक तसेच खाजगी क्षेत्र या दोहोंना महत्त्व असते.

दोष : १) विकेंद्रित नियोजनात बाजारयंत्रणेला महत्त्व असते, परंतु बाजार-यंत्रणेतील दोषांमुळे (उदा. तेजी मंदी चक्रे) हे नियोजन अयशस्वी ठरू शकते.

२) सार्वजनिक आणि खाजगी क्षेत्रात असमतोल निर्माण होतो.

३) सरकारी दिरंगाई, भ्रष्टाचार, निर्बंध असे दोष निर्माण होतात.

३) हुकूमशाही नियोजन :- हुकूमशाहीत सत्तेचे केंद्रीकरण झालेले असते. चीन, रशिया या साम्यवादी देशांत पूर्वी हुकूमशाही नियोजन होते. मध्यवर्ती समिती सर्व नियोजन करते व ते निर्णय वरून खाली लादले जातात.

गुण : १) हुकूमशाहीतील निर्णय हे त्वरित घेतले जातात, तसेच निर्णयाची अंमलबजावणीही जलद गतीने होते.

२) या नियोजनातील उद्दिष्टे दिलेल्या कालावधीत कार्यक्षमतेने पूर्ण होतात.

३) साम्यवादी देशांच्या विचारसरणीला व व्यवस्थेला ही नियोजनपद्धती अनुकूल ठरते.

दोष : १) यात सत्तेचे केंद्रीकरण होते.

२) निर्णयास विरोध करता येत नाही. लोकांना निर्णयाचे स्वातंत्र्य नसते.

३) यात लोक सहभागाचा अभाव दिसून येतो.

४) लोकशाही नियोजन :- लोकशाहीत विकेंद्रित स्वरूपाचे नियोजन असते. नियोजनाची कार्यवाही करताना लोकशाही तत्त्वांचा आधार घेतला जातो. खाजगी क्षेत्र व सार्वजनिक क्षेत्र परस्पर सहकार्याने कार्य करतात. आवश्यक सेवा आणि उत्पादने यांचे वेळप्रसंगी राष्ट्रीयीकरण केले जाते. परस्पर सहकार्य, समता, स्वातंत्र्य या जीवनमूल्यांचा पाठपुरावा केला जातो.

गुण : १) लोकशाही नियोजन हे विकेंद्रित असते.

२) निर्णयप्रक्रियेत लोकांचा सहभाग असतो.

३) आदेशात्मक नियोजनाऐवजी प्रेरणात्मक पद्धतीचा यात वापर केला जातो.

दोष : १) या पद्धतीतील नियोजन विकेंद्रित व प्रेरणात्मक असल्याने अंमल-बजावणीत दिरंगाई, भ्रष्टाचार इ. दुर्गुण निर्माण होतात.

२) सार्वजनिक व खाजगी क्षेत्रात समतोल राखणे कठीण असते.

३) आर्थिक नियोजनाची अंमलबजावणी अकार्यक्षम पद्धतीने झाल्यास उद्दिष्टे व लक्ष्ये साध्य होत नाहीत.

५) रचनात्मक नियोजन :- नियोजन करताना नियोजनाच्या रचना बदलल्या जातात. अर्थव्यवस्थेचे स्वरूप बदलले जाते, त्यानुसार नियोजनाच्या रचनाही बदलल्या जातात. कालबाह्य झालेल्या रचनांऐवजी नवीन रचना स्वीकारल्या जातात. समाजवादी समाजरचना प्रस्थापित करण्यासाठी रचनात्मक तंत्राचा वापर करण्यात आला. नियोजनाची कार्यवाही करण्यासाठी आवश्यक ते कायदे संमत करून त्याचा आधार घेतला आहे. उदा. कमाल जमीन धारणा कायदा, जमीनदारी नष्ट करणारा कायदा, मक्तेदारीवर नियंत्रण ठेवणारा कायदा इ.

गुण : १) रचनात्मक बदलात मूलभूत व दूरगामी बदल केले जातात.

२) कालबाह्य व जुनाट आर्थिक व्यवस्थेऐवजी नवीन रचना स्वीकारता येते.

३) लोकहिताला प्राधान्य दिले जाते.

दोष : १) मूलभूत बदलांना समाजाचा विरोध सहन करावा लागतो.

२) रचनात्मक बदल करूनही कायदेशीर पळवाटा काढल्या जातात.

३) सरकारच्या निर्णयावर विशिष्ट गटाचा किंवा मताचा प्रभाव पडतो.

६) कार्यात्मक नियोजन :- नियोजनाचा हेतू, समाजाची अर्थव्यवस्थेची रचना आहे तशीच ठेवून टिकवून ठेवण्याचा असतो. त्यास 'कार्यकारी नियोजन' म्हणतात. या रचनेत थोडीफार सुधारणा केली जाते. मात्र, या सुधारणेचा हेतू कार्यक्षमतेत वाढ करण्याचा असतो. मूळ स्वरूपाला धक्का न लावता बदल केले जातात, असे नियोजन कार्यात्मक असते.

गुण : १) अर्थव्यवस्थेत सुधारणा करता येते.
२) अर्थव्यवस्था अधिक कार्यक्षम करता येते.
३) मूळ अर्थव्यवस्थेला धक्का न लावता बदल करता येतात.

दोष : १) बदलाचा वेग मंद असतो. हे उत्क्रांतिवादी नियोजन असते.
२) बदल घडवून आणत नाही.

७) साखळी नियोजन :- या नियोजनात प्रत्येक वर्षी केलेल्या कार्याचा आढावा घेतला जातो; मूल्यमापन केले जाते. त्याचा उपयोग पुढील काळातील नियोजनासाठी केला जातो. प्रत्येक वर्षी नियोजन करताना मागील वर्षाच्या नियोजनाशी सांगड घातली जाते, त्यामुळे नियोजन ही एक अखंड प्रक्रिया बनते. सर्व परिस्थितीचा विचार करूनच विकासाची पुढील उद्दिष्टे ठरविली जातात. विकसनशील देशांना अशा प्रकारच्या नियोजन पद्धतीचा निश्चितपणे उपयोग होतो.

गुण : १) विकसनशील देशांना हे नियोजन उपयुक्त असते.
२) परिस्थितीनुसार बदल करता येतो.
३) कार्यवाही व अंमलबजावणीचे लगेच मूल्यमापन करता येणे शक्य होते.

दोष : १) उद्दिष्टे व लक्ष्ये यात सतत बदल होतो.
२) पूर्वनियोजित उद्दिष्टांत सतत बदल झाल्यास नियोजनाचा उद्देश साध्य होत नाही.
३) आर्थिक नियोजनासाठी आवश्यक ती सांख्यिकीय माहिती व तिचे विश्लेषण करणारी यंत्रणा विकसनशील देशात दिसून येत नाही.

८) आदेशात्मक नियोजन :- देशाच्या नियोजनाची प्रक्रिया जेथून सुरू होते त्या मध्यवर्ती नियोजन मंडळाकडून संबंधितांना आदेश दिले जातात, त्यानुसार उत्पादनसामुग्री त्या त्या क्षेत्राकडे म्हणजे उदा.- शेती, उद्योग, दळणवळण, सेवाक्षेत्र यांच्याकडे गरजेनुसार वळविली जाते. हुकूमशाही किंवा एककेंद्री निर्णयप्रक्रिया असलेल्या साम्यवादी देशांत या प्रकारचे नियोजन केले जाते.

गुण : १) आदेशात्मक नियोजन उत्पादनसाधने गरजेनुसार विशिष्ट क्षेत्राकडे वळवता येतात.

२) अंमलबजावणी कार्यक्षमतेने होते.

३) उद्दिष्टे व लक्ष्ये नियोजित वेळेत पूर्ण होतात.

दोष : १) यात आर्थिक निर्णयाचे केंद्रीकरण होते.

२) प्रेरणांऐवजी आदेशाचा वापर केल्यामुळे व्यक्तिस्वातंत्र्याचा संकोच होतो.

३) आदेशात्मक नियोजनात गरजेनुसार बदलण्याची लवचिकता नसते.

९) प्रेरित नियोजन :- या नियोजनात प्रामुख्याने लोकांना उत्तेजन दिले जाते. लोकांनी शासनाला सहकार्य करावे असे आवाहन केले जाते. करसवलती, आकर्षक व्याजदर, सहज सुलभ परवाने अशा पद्धतींच्याद्वारा प्रेरणा दिली जाते. गुंतवणूकदारांना प्रवृत्त केले जाते. नियंत्रणे असतात, पण त्यांचा फार त्रास नसतो. सामान्य माणूस आणि उद्योजक- व्यावसायिक यांना प्रेरणा देऊन नियोजन प्रक्रियेत त्यांना सामावून घेतले जाते.

गुण : १) लोकशाही व्यवस्थेला उपयुक्त ठरणारे हे नियोजन असते.

२) लोकांना आर्थिक निर्णयाचे स्वातंत्र्य असते.

३) सवलती, बोनस, व्याजदर इ. प्रेरक संकल्पनांचा वापर केला जातो.

दोष : १) बाजारयंत्रणेतील दोषांमुळे हे नियोजन यशस्वी ठरण्यात अडथळे येतात.

२) अप्रत्यक्ष नियंत्रणे व प्रेरणात्मक उपाययोजना यामुळे अंमलबजावणी कार्यक्षमतेने होत नाही.

३) टंचाई, किंमतवाढ, तेजी - मंदी चक्रे इ. विरुद्ध उपाययोजना करताना प्रेरित नियोजनास मर्यादा निर्माण होतात.

१०) प्रादेशिक नियोजन :- प्रादेशिक नियोजनाची व्याप्ती स्थानिक पातळीवर असते. जिल्हा पातळीवर किंवा स्थानिक पातळीवरही नियोजन केले जाते. एखाद्या स्थानिक पातळीवरील कामासाठी स्थानिक पातळीवरील नियोजन केले जाते. स्थानिक पातळीवर तेवढ्यापुरती स्वतंत्र योजना केली जाते. स्थानिक पातळीवरील प्रश्न सोडविण्यासाठी स्थानिक संसाधनांचा वापर केला जातो.

गुण : १) प्रादेशिक नियोजनामुळे स्थानिक स्वरूपाच्या गरजा व आर्थिक विकासाचा मेळ घालता येतो.

२) प्रादेशिक असमतोल दूर होण्यास मदत होते.

३) प्रादेशिक नियोजनामुळे प्रदेशातील लोकांचा सहभाग वाढतो.

दोष : १) स्थानिक संसाधने अपूर्ण असतात.

२) स्थानिक लोकांचा सहभाग नसल्यास नियोजन अयशस्वी होते.

३) वित्तीय अनुशेष असल्यास आर्थिक विकास मंद गतीने होतो.

११) राष्ट्रीय नियोजन :- संपूर्ण देशाचा विकास करण्यासाठी राष्ट्रीय पातळीवर नियोजन केले जाते. राष्ट्रीय नियोजन समिती किंवा मध्यवर्ती सत्ता या योजनेची आखणी केली जाते. राष्ट्रीय नियोजनाची उद्दिष्टे तयार केली जातात. दारिद्र्य, आत्मनिर्भरता यासाठी राष्ट्रीय नियोजन हे अत्यंत महत्त्वाचे असते.

गुण : १) राष्ट्रीय योजना राष्ट्रीय भावनेला आवाहन करणारी असते. आर्थिक नियोजनाच्या यशस्वितेसाठी ही गोष्ट पूरक ठरते.

२) राष्ट्रीय नियोजनात देशातील साधनसामग्रीचा जास्तीतजास्त चांगला वापर केला जातो.

३) देशाच्या विकासासाठी साधने एकत्रित करणे शक्य असते.

दोष : १) योजनेचा आकार मोठा असल्यास अंमलबजावणीस अडचणी येतात.

२) उद्दिष्टे व लक्ष्ये ठरावीक कालमर्यादेत पूर्ण करता येतातच असे नाही.

३) दिरंगाई, भ्रष्टाचार, अकार्यक्षमता इ. मुळे नियोजन अयशस्वी होऊ शकते.

१२) आंतरराष्ट्रीय नियोजन :- दोन किंवा अधिक देश एकत्र येतात व विकास प्रकल्प संयुक्तपणे राबवितात. उदा. आंतरराष्ट्रीय स्तरावरील रेल्वे प्रकल्प, रस्ता प्रकल्प, दोन देशांना जोडणारी गॅस पाईप लाईन आदी प्रकल्प पूर्ण करण्यासाठी आंतरराष्ट्रीय नियोजन करावे लागते. अशा प्रकारचे नियोजन करण्यासाठी राष्ट्राराष्ट्रांमध्ये सामंजस्य, समन्वय असावा लागतो, तरच आंतरराष्ट्रीय नियोजन यशस्वी होते.

गुण : १) आंतरराष्ट्रीय सलोखा व सामंजस्य निर्माण होते.

२) देशांच्या आर्थिक विकासाला मदत होते.

३) दुर्मीळ साधनसामग्रीचा वापर करता येतो.

दोष : १) सदस्य देशांत समन्वयाचा अभाव असल्यास असे नियोजन अयशस्वी ठरते.

२) भौगोलिक सीमा, स्वत:चे चलन या बाबत राष्ट्रे संवेदनशील असतात, त्यामुळे ते अनेकदा एकत्र येऊ शकत नाहीत.

३) राष्ट्राराष्ट्रांत वाद किंवा तणाव निर्माण झाल्यास असे नियोजन यशस्वी ठरत नाही.

१३) भांडवलशाही नियोजन :- भांडवलशाहीत आर्थिक नियंत्रण प्रक्रिया ही इतर नियोजनबद्ध नियोजनांपेक्षा शासनापासून मुक्त असते. निर्णयप्रक्रियेत शासनाचा फारसा सहभाग नसतो. व्यक्तिस्वातंत्र्य असते, पूर्ण स्पर्धा असते, उत्पादक घटक आपापले निर्णय घेण्यास स्वतंत्र असतात. सरकारचा हस्तक्षेप अतिशय मर्यादित असतो. तो केवळ अंतर्गत सुरक्षा, परकीय आक्रमणापासून संरक्षण व न्यायव्यवस्था यांच्यापुरताच मर्यादित असतो. व्यापार चक्राचे अनिष्ट परिणाम टाळण्यासाठी सरकार चलनविषयक उपाययोजना करते.

गुण : १) बाजारयंत्रणेला प्राधान्य मिळते.

२) निर्हस्तक्षेप धोरणामुळे निर्णयात सरकार ढवळाढवळ करीत नाही.

३) व्यक्तिगत कर्तृत्व, निर्णयक्षमता यास संधी मिळते.

दोष : १) बाजारयंत्रणेचे दोष निर्माण होतात.

२) निर्हस्तक्षेपामुळे अनियंत्रित शोषणावर आधारित अर्थव्यवस्था निर्माण होऊ शकते.

३) व्यक्तिगत मूल्ये उदा. संधीची समानता, सामाजिक न्याय इ. दुर्लक्षिले जातात.

१४) समाजवादी नियोजन : समाजवादी नियोजनात सरकारचा मोठा हस्तक्षेप असतो. रशियात १९१७ साली व चीनमध्ये १९४२ साली अशाप्रकारच्या नियोजनाची सुरुवात झाली. या नियोजनाचे स्वरूप व्यापक असते. राष्ट्रहितास सर्वोच्च प्राधान्य दिले जाते. नियोजनमंडळ व मध्यवर्ती समिती सर्व निर्णय घेतात. बँका, विमा, उद्योगांचे राष्ट्रीयीकरण केले जाते. सर्वांना समान न्यायाने वागविले जाते.

गुण : १) नियोजन मंडळ व मध्यवर्ती समिती आर्थिक निर्णय घेते, त्यामुळे जलद निर्णय घेतले जातात.

२) राष्ट्रहितास पूरक असे सर्वंकष नियोजन करता येते.

३) ठरावीक वेळेत उद्दिष्टे व लक्ष्ये पूर्ण करता येतात.

दोष : १) आर्थिक निर्णयात लोकांचा सहभाग कमी असतो.

२) बाजार यंत्रणेचे लाभ मिळत नाहीत.

३) व्यक्तिस्वातंत्र्याचा संकोच होतो.

१५) संमिश्र स्वरूपाचे नियोजन :- या प्रकारचे नियोजन भारताने स्वातंत्र्यानंतर स्वीकारलेले आहे. भांडवलशाही नियोजन आणि समाजवादी नियोजन या दोन्हींमधील

दोष टाळून व त्यांचा समन्वय साधून सदरचे नियोजन केले जाते. खाजगी व सार्वजनिक क्षेत्र या दोन्हींचे अस्तित्व या नियोजनात आहे. या नियोजनात उत्पादन-साधनांच्या वापराला योग्य वळण दिले जाते. आर्थिक निर्णय घेण्याकरिता उत्पादन घटकांच्या मालकांना स्वातंत्र्य दिले जाते. उत्पादकांना काय उत्पादन करावे, किती प्रमाणात उत्पादन करावे याचे स्वातंत्र्य असते. खाजगी आणि सार्वजनिक क्षेत्रांना सहअस्तित्व असते. सार्वजनिक क्षेत्रावर सरकारची मालकी तर खाजगी क्षेत्रावर परवानापद्धतीच्या माध्यमातून नियंत्रण ठेवले जाते.

गुण : १) भांडवलशाही व समाजवादी अशा दोन्ही नियोजनांचे दोष टाळता येतात.

२) सार्वजनिक व खाजगी दोन्ही क्षेत्रांचे आस्तित्व ठेवले जाते.

३) आदेशात्मक व प्रेरणात्मक अशा दोन्ही नियोजनपद्धतींचा वापर करता येतो.

दोष : १) भांडवलशाही व समाजवादी अशा दोन्ही नियोजनांतील दोष निर्माण होऊ शकतात.

२) सार्वजनिक व खाजगी क्षेत्रांचा समतोल राखता येणे कठीण असते.

३) सरकारचा हस्तक्षेप व नियंत्रण यांमुळे आर्थिक विकासात अडथळे निर्माण होतात.

७.३ ११ वी पंचवार्षिक योजना (२००७-२०१२) - उद्दिष्टे, कामगिरी व अपयश (Objectives, Achievements and Failures of 11th Five Year Plan) :

उद्दिष्टे :

१) दरवर्षी ९% दराने सकल राष्ट्रीय उत्पादनात वाढ घडवून आणणे.

२) जलद व सर्वसमावेशक आर्थिक वृद्धी घडवून आणणे.

३) दारिद्र्यनिर्मूलन व रोजगारनिर्मिती करणे.

४) गरीब व्यक्तींसाठी शिक्षण व आरोग्यसुविधा पुरविणे.

५) शिक्षण व कौशल्ये विकसित करून सक्षमीकरण करणे.

६) राष्ट्रीय रोजगार हमी योजनेअंतर्गत रोजगारनिर्मिती करणे.

७) पर्यावरणाचे संरक्षण करण्यासाठी उपाययोजना करणे.

८) स्त्री-पुरुष विषमता (Gender Inequality) दूर करणे.

९) प्रशासनात सुधारणा करणे.

कामगिरी :

१) सकल राष्ट्रीय उत्पादन वाढ : २००४ - ०५ च्या किमती लक्षात घेता सकल राष्ट्रीय उत्पादनात सरासरी वार्षिक वाढ ७.८६% इतकी होती. २००७-०८ या काळात जगभर मंदी असूनही भारताचा सरासरी राष्ट्रीय उत्पन्न (GDP) वाढीचा वेग ७.८६% इतका होता.

२) कृषी उत्पादनात वाढ २००७-०८ ला अन्नधान्याचे उत्पादन २३०.८ द.ल. टन इतके होते. २०११-२०१२ मध्ये यात २५०.४ द.ल.टन इतकी वाढ झाली. अर्थात कृषी क्षेत्रातील वार्षिक सरासरी वाढ ३.३४% म्हणजे उद्दिष्टांपेक्षा कमी होती.

३) शैक्षणिक प्रगती : ११ व्या पंचवार्षिक योजनेत प्राथमिक, माध्यमिक व उच्च माध्यमिक शाळांमध्ये विद्यार्थि-संख्या वाढविण्यावर तसेच शैक्षणिक सुविधा पुरविण्यावर भर देण्यात आलेला होता. या पंचवार्षिक योजना-काळात सर्व शिक्षा अभियानांतर्गत विद्यार्थिसंख्येत वाढ झाली.

४) सरकारच्या उत्पन्नात वाढ : सकल राष्ट्रीय उत्पन्नात वाढ झाल्यामुळे केंद्र व राज्य सरकारांच्या उत्पन्नातही वाढ झाली, त्यामुळे केंद्र व राज्य सरकारांना वित्तीय बळकटी प्राप्त झाली.

५) दरडोई उत्पन्नात वाढ : सकल राष्ट्रीय उत्पन्नात वाढ झाल्याने दरडोई उत्पन्नातही ११ व्या पंचवार्षिक योजना-काळात वाढ झाली.

अपयश :

१) दारिद्र्यनिर्मूलनात अपयश : ११ व्या पंचवार्षिक योजनेतील दारिद्र्यनिर्मूलनाचे उद्दिष्ट पूर्ण होऊ शकले नाही.

२) बेरोजगारी : ११ व्या पंचवार्षिक योजनाकाळात बेरोजगारीची समस्या दूर होऊ शकली नाही.

३) कृषी क्षेत्रातील अपयश : २०११-१२ मध्ये कृषी क्षेत्राच्या वाढीचा वार्षिक दर २.८% इतका होता. ११ व्या पंचवार्षिक योजनेच्या उद्दिष्टात तो ४% इतका व्हावा ही अपेक्षा होती.

४) भांडवलनिर्मिती कमी : या योजनेच्या पहिल्या वर्षी २००७ भांडवलनिर्मिती सकल राष्ट्रीय उत्पादनाच्या ३८.१% होती. ती २०११-१२ पर्यंत ३५.३% झाली.

५) औद्योगिक उत्पादनाचा मंद वेग : २००७ - ०८ या वर्षी औद्योगिक उत्पादनाचा निर्देशांक १५.५% इतका होता. २०१०-१२ या वर्षी तो ८.२% इतका कमी झाला.

७.४ १२ व्या पंचवार्षिक योजनेची रूपरेषा (२०१२-२०१७) (Objectives of 12th Five Year Plan) :

भारताच्या योजना आयोगाने १२ व्या पंचवार्षिक योजनेची रूपरेषा प्रसिद्ध केली आहे. 'जलद, सातत्यपूर्ण व अधिक सर्वसमावेशक 'वृद्धी' (Faster, Sustainable and More Inclusive Growth) हा दृष्टिकोन या योजनेत स्पष्ट केलेला आहे. १२ व्या पंचवार्षिक योजनेत सकल राष्ट्रीय उत्पादनवाढीचा दर हा ९.५% इतका अपेक्षित आहे. शिक्षण, आरोग्य, रोजगार, कौशल्य विकास, दारिद्र्यनिर्मूलन, राहणीमानातील दर्जात वाढ, स्त्री-पुरुष समानता इ. चा अंतर्भाव सर्वसमावेशक वृद्धीत होतो. या साठी १३ विविध कार्यक्रमांवर ही पंचवार्षिक योजना भर देणार आहे. मनरेगा, इंदिरा आवास योजना, राष्ट्रीय सामाजिक साहाय्यता कार्यक्रम, प्रधानमंत्री ग्रामसडक योजना, राष्ट्रीय ग्रामीण आरोग्य योजना, आरोग्य व कुटुंब कल्याण, स्त्री व बालक कल्याण, दुपारचे भोजन (Midday Meal), सर्व शिक्षा अभियान, शालेय शिक्षण व साक्षरता अभियान, नगर विकास योजना, जलसिंचन, राजीव गांधी ग्रामीण विद्युतीकरण योजना, राजीव गांधी पेयजल योजना, स्वच्छतागृह योजना, कृषी विकास योजना इ. कार्यक्रमांवर भर देणारी ही योजना आहे. यामुळे सर्वसमावेशक वृद्धी होईल असे या योजनेच्या मसुद्यात नमूद केलेले आहे. यातील बहुतेक सर्व कार्यक्रम केंद्र सरकार पुरस्कृत परंतु राज्य सरकारांनी अंमलबजावणी करण्यासंबंधीचे आहेत.

लोकसंख्या कमी करणे, रोजगारनिर्मिती यांवरही या योजनेत भर दिलेला आहे. कृषी क्षेत्राची वाढ ११ व्या योजनेत ३% पेक्षा कमी होती. त्यामुळे कृषी क्षेत्रात अधिक गुंतवणूक करण्यावर या योजनेत तरतूद केलेली आहे. या योजनेत पायाभूत सेवांवर अधिक खर्च केला जाईल.

कारखानदारी क्षेत्रात योजना काळात ११.५% वाढीचे उद्दिष्ट निश्चित केलेले आहे. बचतीचा दर ३८.९% इतका राहील असे अपेक्षित आहे. यामुळे औद्योगिक विकासाला चालना मिळेल. सार्वजनिक व खाजगी भागीदारीद्वारे पायाभूत सुविधा उभारण्यावर या योजनेतही भर दिला आहे. योजना काळात ४८६६०३ कोटींचे १०१७ प्रकल्प उभारले जातील.

स्वाध्याय

लघुत्तरी प्रश्न

१) आर्थिक नियोजन म्हणजे काय ?

२) केंद्रित नियोजन म्हणजे काय ?

३) विकेंद्रित नियोजन म्हणजे काय ?

४) हुकूमशाही नियोजन म्हणजे काय ?

५) लोकशाही नियोजन म्हणजे काय ?

६) आदेशात्मक नियोजन म्हणजे काय ?

७) प्रेरित नियोजन म्हणजे काय ?

८) भांडवलशाही नियोजन म्हणजे काय ?

९) समाजवादी नियोजन म्हणजे काय ?

१०) केंद्रित नियोजनाचे गुण - दोष लिहा.

११) विकेंद्रित नियोजनाचे गुण - दोष कोणते ?

१२) हुकूमशाही नियोजनाचे गुण - दोष कोणते ?

१३) लोकशाही नियोजनाचे गुण - दोष कोणते ?

१४) आदेशात्मक नियोजनाचे गुण - दोष कोणते ?

१५) प्रेरित नियोजनाचे गुण - दोष कोणते ?

१६) भांडवलशाही नियाजेनाचे गुण - दोष कोणते ?

१७) समाजवादी नियाजेनाचे गुण - दोष कोणते ?

१८) १० व्या पंचवार्षिक योजनेची उद्दिष्टे लिहा.

१९) ११ व्या पंचवार्षिक योजनेची उद्दिष्टे लिहा.

दीर्घोत्तरी प्रश्न

१) नियोजनाची आवश्यकता स्पष्ट करा.

२) नियोजनाची उद्दिष्टे कोणती ते लिहा.

३) १० व्या पंचवार्षिक योजनेचे यशापयश स्पष्ट करा.

४) ११ व्या पंचवार्षिक योजनेची कामगिरी व अपयश स्पष्ट करा.

५) १२ व्या पंचवार्षिक योजनेची रूपरेषा विशद करा.

८ महाराष्ट्राची अर्थव्यवस्था
(Economy of Maharashtra)

८.१ महाराष्ट्राच्या अर्थव्यवस्थेची ठळक वैशिष्ट्ये (Salient Features of Economy of Maharashtra) :

महाराष्ट्र राज्याची स्थापना १ मे १९६० रोजी झाली. सध्या महाराष्ट्रात भौगोलिक दृष्ट्या कोकण, पश्चिम महाराष्ट्र, उत्तर महाराष्ट्र, मराठवाडा व विदर्भ असे विभाग आहेत. कोकण विभाग, नाशिक विभाग, पुणे विभाग, औरंगाबाद विभाग, अमरावती विभाग व नागपूर विभाग अशा महसूल विभागामार्फत महाराष्ट्र शासनाचे विभागीय प्रशासन कार्य करते. २०११ च्या जनगणनेनुसार महाराष्ट्राची लोकसंख्या ११ कोटी इतकी आहे. महाराष्ट्रातील ४५% लोक शहरी विभागात राहतात.

नैसर्गिक साधन संपत्ती :

कोणत्याही प्रदेशाच्या आर्थिक विकासात नैसर्गिक साधन संपत्तीचे महत्त्व असते. उत्पन्न, उत्पादन, रोजगार, जीवनमान यावर नैसर्गिक साधनांचा प्रभाव पडतो.

१) भौगोलिक क्षेत्र - महाराष्ट्राचे भौगोलिक क्षेत्र २०१०-११ मध्ये ३.०८ लाख चौ. कि. मी. होते. राज्याचा भूभाग हा प्रामुख्याने अग्निजन्य खडकांपासून बनलेला

आहे. कोकण विभागात सर्वाधिक (३५० सें.मी.) पाऊस पडतो. इतरत्र तो सरासरी ७५ ते १५० सें.मी. इतका पडतो.

२) जलसंपत्ती : महाराष्ट्रात गोदावरी, कृष्णा, नर्मदा, तापी, वैनगंगा या प्रमुख नद्या आहेत. बंधारे, कालवे, धरणे, नद्या, विहिरी इ. मार्गांनी कृषी क्षेत्राला पाणी पुरवठा होतो.

२०१०-११ मध्ये १७४ लाख हेक्टर लागवडीखाली असलेल्या जमिनीपैकी फक्त ४६.५८ लाख हेक्टर जमिनीला पाणीपुरवठा केला गेला. उरलेली सर्व जमीन पावसाच्या पाण्यावर अवलंबून आहे.

३) वनसंपत्ती : २०१०-११ मध्ये एकूण वनक्षेत्राचे प्रमाण ६१९३९ चौ. कि.मी. इतके होते. कोकण व विदर्भातील चंद्रपूर, भंडारा, गोंदिया, गडचिरोली या जिल्ह्यांत वनक्षेत्राचे प्रमाण अधिक आहे. जंगलातून पर्यावरणाचा समतोल राखला जातो तसेच अनेक उपयुक्त वस्तू जंगलापासून मिळतात.

४) मत्स्योत्पादन : महाराष्ट्राला ७२० कि. मी. चा विस्तृत समुद्रकिनारा लाभला आहे. तसेच नद्या, धरणे इ. तून मासेमारी व्यवसायाला उत्तेजन मिळते. २०११-१२ या वर्षी २२१६ कोटी रु. चे मत्स्योत्पादन झाले. त्याचप्रमाणे १ लाख ३६ हजार टन माशांची निर्यात करण्यात आली. यातून परकीय चलन मिळते.

५) खनिज संपत्ती : महाराष्ट्रात कोळसा, मँगनीज, चुनखडी, लोहखनिज, बॉक्साइट इ. खनिजे उपलब्ध होतात. चंद्रपूर, भंडारा, रत्नागिरी, कोल्हापूर, ठाणे इ. जिल्ह्यांत ही खनिजे आढळतात. मुंबईजवळील समुद्रकिनाऱ्यालगत खनिज तेलाचे साठे असून खनिज तेलाची ४०% गरज भागविण्याचे महत्त्वाचे कार्य यामुळे होते.

आर्थिक वैशिष्ट्ये

अ) महाराष्ट्रातील पायाभूत सुविधा

ऊर्जा, वाहतूक व दळणवळण इ. सुविधांमुळे सामाजिक व आर्थिक विकास होतो. अलीकडच्या काळात पायाभूत सुविधांच्या निर्मितीत खाजगी क्षेत्रानेही महत्त्वपूर्ण कामगिरी केलेली आहे. याचा अभ्यास प्रकरण १ मध्ये खाजगी क्षेत्राची भागीदारी या उपप्रकरणात सविस्तर केलेला आहे. महाराष्ट्रातील महत्त्वाच्या सेवा क्षेत्रांची ठळक वैशिष्ट्ये पुढीलप्रमाणे सांगता येतील.

१) ऊर्जा

ऊर्जा वा वीजपुरवठा ही दैनंदिन जीवनातील महत्त्वाची गरज आहे. ग्रामीण तसेच शहरी क्षेत्रांत नियमित व उचित दरात वीज पुरवठा होणे आवश्यक असते. कृषी औद्योगिक

तसेच सेवा क्षेत्रांचा विकास सातत्यपूर्ण, नियमित तसेच उचित किमतीला मिळणाऱ्या वीज पुरवठ्यावर अवलंबून असतो. महाराष्ट्र राज्याचा ऊर्जा क्षेत्रावर होणारा खर्च एकूण राज्य उत्पन्नाच्या ५.१% इतका २००९-१० या वर्षी होता. राज्यातील एकूण वीजनिर्मिती २०१०-२०११ मध्ये ८३,०१७ दशलक्ष युनिटस् इतकी होती. २०११-१२ या काळात हे प्रमाण ६७१७७ दशलक्ष युनिटस् एवढे होते. राज्यातील वीज वापराचे प्रमाण २०११-१२ मध्ये ७१८६७ दशलक्ष युनिटस् इतके होते. अर्थात, यामुळे विजेची टंचाई निर्माण होते. यासाठी राज्याला अन्य राज्यांतून वीज खरेदी करावी लागते. एकूण वीज वापरापैकी ३९% औद्योगिक, २२% घरगुती, १९% कृषी, १३% व्यापारी, ३% सार्वजनिक सेवा, ३% रेल्वे व १% इतर कारणांसाठी वापरली जाते. (२०१०-११)

२) वाहतूक

आर्थिक विकासातील महत्त्वाची सेवा म्हणजे वाहतूक सेवा होय. महाराष्ट्रात सार्वजनिक बांधकाम विभाग (P.W.D.) आणि जिल्हा परिषद यांच्यामार्फत वाहतूक व्यवस्थेची सुविधा पुरविली जाते. तक्ता क्र. १ मध्ये महाराष्ट्रातील विविध रस्ता वाहतूक सोयींची माहिती दिलेली आहे. सर्व प्रकारच्या रस्त्यांची एकूण लांबी २,४१,७१२ कि.मी. इतकी आहे. (पंतप्रधान ग्राम सडक योजनेच्या अंतर्गत)

तक्ता क्र. १
महाराष्ट्रातील रस्ते (सार्व. बांधकाम खाते व जि.प.) कि.मी.

	प्रकार	वर्ष (२०११) कि.मी.
१)	राष्ट्रीय महामार्ग	४,३७६
२)	राज्य महामार्ग	३४,१०३
३)	मुख्य जिल्हा रस्ते	४९,९३६
४)	इतर जिल्हा रस्ते	४६,८९७
५)	गाव रस्ते	१,०६,४००
		२,४१,७१२

संदर्भ : (पी. डब्ल्यू. डी., गव्ह. ऑफ महाराष्ट्र, आर्थिक सर्वेक्षण. पृ. १४७)

११ व्या पंचवार्षिक योजना काळात (२००७-०८ ते २०११-१२) १५,४८९.०८ कि.मी. चे रस्ते तयार करण्यात आले. महाराष्ट्र राज्य रस्ता वाहतूक महामंडळाच्या वतीने खाजगी भागीदारीत 'बांधा, वापरा व हस्तांतरित करा' या धोरणानुसार रस्ते बांधणी,

उड्डाण पूल यांची बांधकामे करण्यात येत आहेत. २०११ पर्यंत या महामंडळाने रु. ७१८७ कोटी रुपयांचे १८ प्रकल्प पूर्ण केलेले होते.

राज्यातील एकूण रेल्वे मार्गाची लांबी मार्च २०११ पर्यंत ५९८४ कि.मी. इतकी होती. देशातील एकूण रेल्वे मार्गाच्या ९.२% इतका रेल्वेमार्ग महाराष्ट्रात आहे.

महाराष्ट्राला ७२० कि.मी. लांबीचा समुद्रकिनारा मिळालेला आहे. मुंबई पोर्ट ट्रस्ट आणि जवाहरलाल नेहरू पोर्ट ट्रस्ट या दोन बंदरांतून समुद्रमार्गे मालवाहतूक होते. २०११-१२ मध्ये मुंबई पोर्ट ट्रस्ट मधून ४०२.१७ लाख मे. टन तर जे.एन.पी.टी. मधून ४९४.७८ लाख मे. टन मालाची वाहतूक करण्यात आली.

महाराष्ट्रात ३ आंतरराष्ट्रीय व ५ देशांतर्गत हवाई वाहतूक करणारे विमानतळ आहेत. यातून २०११ मध्ये ८८.४१ लाख प्रवाशांची वाहतूक झाली तर ४७०७४८ मे.टन माल वाहतूक करण्यात आली.

३) दळणवळण (Communications)

पोस्ट, टेलिग्राफ, व्हिडिओ, इंटरनेट व माहितीचे संप्रेषण हा दळणवळणाचा भाग असून आर्थिक विकासासाठी दळणवळण विकास आवश्यक असतो. महाराष्ट्रात २०१०-११ मध्ये पोस्ट ऑफिसेसची संख्या १२८६० इतकी होती; तर टपालपेट्यांची संख्या ५२५५२ इतकी होती. अलीकडे दळणवळणाच्या क्षेत्रात अनेक खाजगी कंपन्यांनीही प्रवेश केला आहे. महाराष्ट्रात २०१०-११ मध्ये घरगुती फोनस् (Land Lines) ची संख्या ५६.६९ लाख, तर मोबाईल फोनसूची संख्या १०५८.३४ लाख इतकी होती.

ब) कृषी क्षेत्र

महाराष्ट्राच्या राज्य उत्पादनात कृषी क्षेत्राचा वाटा १२.८% इतका आहे. २०१२ मध्ये महाराष्ट्रातील कृषी उत्पादन वाढीचा वार्षिक दर ३.७% इतका होता. महाराष्ट्रात विविध पिकांचे उत्पादन होते. (तक्ता क्र. ६)

१) कृषी वित्त पुरवठा

लघु मुदतीचा कर्जपुरवठा विविध बँका व सहकारी संस्था यांच्यामार्फत शेतकऱ्यांना केला जातो. राष्ट्रीकृत बँका, ग्रामीण क्षेत्रीय बँका, महाराष्ट्र राज्य सहकारी बँका, भूविकास बँका इ. कडून २०१०-११ या काळात रु. १८,५०५ कोटींचे शेती कर्ज देण्यात आले. सीमान्त व लहान शेतकऱ्यांना २०१०-११ मध्ये रु. ३८४७ कोटींचे कर्ज प्राथमिक सहकारी पतसंस्थांकडून देण्यात आले.

२) कृषी विपणन

शेतकऱ्यांना त्यांच्या कृषी मालाचा योग्य मोबदला मिळावा यासाठी महाराष्ट्र

राज्यात अनेक उपाययोजना करण्यात आल्या आहेत. महाराष्ट्र राज्य कृषी विपणन मंडळाची स्थापना करण्यात आली असून राज्यात कृषी उत्पादन विपणन समित्यांच्या कार्यात सुसूत्रता निर्माण करण्याची कार्य मंडळाकडे सोपविण्यात आले आहे. कृषी निर्यात क्षेत्रे स्थापन करणे, गुणवत्ता दर्जा इ. सेवांसाठी सोयी उपलब्ध करणे, फलोत्पादन प्रशिक्षण इ. कामेही मंडळाकडे सोपविलेली आहेत. २००९-१० या वर्षात कृषी उत्पन्न बाजार समित्यांमध्ये २२५.८७ लाख मे. टन एवढी कृषी मालाची आवक झाली. याचे एकूण मूल्य रु. ३७०८० कोटी इतके होते.

३) धारणाक्षेत्राचे प्रमाण

२००५-०६ च्या कृषी गणनेनुसार (Agricultural Census) महाराष्ट्रात धारणाक्षेत्राची एकूण संख्या १.३७ कोटी इतकी होती. यापैकी ७४% धारणाक्षेत्र हे २ हेक्टर किंवा त्यापेक्षा कमी धारणाक्षेत्र असलेल्या शेतकऱ्यांचे होते. तक्ता क्र. २ मध्ये धारणाक्षेत्राचे प्रमाण दर्शविलेले आहे. यावरून वरील बाब स्पष्ट होते.

तक्ता क्र. २

धारणाक्षेत्राचा आकार व निरनिराळे धारणक्षेत्र असलेल्या शेतकऱ्यांचे प्रमाण (२००५-०६)

धारणा क्षेत्र (हेक्टर)	धारणक्षेत्र असलेल्यांची संख्या (००')	सरासरी धारणा क्षेत्र (हेक्टर)
१.०	६११८३	०.४६
१.० ते २.०	४१५०३	१.२६
२.० ते ५.०	२८५५३	२.७३
५.० ते १०.०	५२१४	६.१६
१०.० ते २०.०	६२२	१०.८९
२०.० व यापेक्षा अधिक	८१	३२.५२

संदर्भ : *पूर्वोक्त*

४) पाणीपुरवठा (Irrigation)

एकूण लागवडीखालील जमिनीपैकी पाण्याखालील जमिनीचे प्रमाण २००९-१० या वर्षी १७.९% इतके होते. ३० जून २०१० पर्यंत महाराष्ट्रात ३२ मोठे, १८६

मध्यम आणि २५४९ लघु प्रकल्प पूर्ण करण्यात आलेले आहेत.

महाराष्ट्रातील उद्योगक्षेत्राची प्रमुख वैशिष्ट्ये पुढीलप्रमाणे सांगता येतील.

१) औद्योगिक गुंतवणूक

भारतातील एकूण औद्योगिक गुंतवणुकीच्या ९% एवढी गुंतवणूक ऑक्टो. २०११ पर्यंत महाराष्ट्रात झालेली आहे. १९९१ ते २०११ पर्यंत एकूण १७२०७ एवढे औद्योगिक प्रकल्प महाराष्ट्राने मंजूर केले. यातून ४३.४ लाख इतका रोजगार उपलब्ध झाला.

२) निर्यात

तक्ता क्र. ३

महाराष्ट्रातून व भारतातून होणारी निर्यात

(रु. कोटी)

वर्ष	महाराष्ट्र	भारत	महाराष्ट्राची एकूण टक्केवारी
२००७-०८	१,७२,८४६	६,४०,१७२	२७.०
२००८-०९	२,२६,७९४	८,३९,९७८	२७.०
२००९-१०	२,२८,९८४	८,४५,२५	२७.०

संदर्भ : *पूर्वोक्त पृ. ११५*

तक्ता क्र. ३ वरून असे दिसून येते की महाराष्ट्रातून निर्यात होणाऱ्या औद्योगिक वस्तूंचे प्रमाण एकूण निर्यात होणाऱ्या वस्तूंशी तुलना करता २७.०% इतके आहे. निर्यात वस्तूंमध्ये महाराष्ट्राचा वाटा एक चतुर्थांशापेक्षा अधिक आहे.

३) विशेष आर्थिक क्षेत्र (Special Economic Zone)

१० फेब्रुवारी २००६ पासून महाराष्ट्राने विशेष आर्थिक क्षेत्र धोरण स्वीकारलेले आहे. २०११ पर्यंत राज्य सरकारकडे २३३ विशेष आर्थिक क्षेत्राचे प्रस्ताव प्राप्त झालेले होते; त्यापैकी ११६ आर्थिक क्षेत्रांना मंजुरी मिळालेली आहे.

तक्ता क्र. ४

विशेष आर्थिक क्षेत्रातील प्रस्तावित गुंतवणूक व रोजगार

विभाग	विशेष आर्थिक क्षेत्र (संख्या)	प्रास्ताविक गुंतवणूक कोटी रु.	प्रस्तावित रोजगार (लाख)
१. कोकण	५६	७७,९७४	३३.५६
२. पुणे	३४	४०,७३१	९.६६
३. नाशिक	०६	२,८८३	२.१२
४. औरंगाबाद	१०	२,८४५	१.१५
५. अमरावती	०२	२,३६०	०.३५
६. नागपूर	०८	९,२३५	५.५०
एकूण	११६	१,३६,०२८	५२.३४

संदर्भ : *पूर्वोक्त पृ. ११५*

तक्ता क्र. ४ वरून असे दिसून येते की ११६ मंजूर विशेष आर्थिक क्षेत्रातून १३६०२८ कोटी रु. ची गुंतवणूक व ५२.३४ लाख रोजगार निर्मिती होणे अपेक्षित होते. कोकण, पुणे, अमरावती व नागपूर विभागातील १० विशेष आर्थिक क्षेत्रे रद्द झाल्यामुळे राज्यात ५०३२ कोटी रु. गुंतवणूक होऊ शकली नाही, तसेच २.२० लाख रोजगार निर्माण होऊ शकला नाही.

४) औद्योगिक क्षेत्रातील वाटा

वार्षिक औद्योगिक सर्वेक्षणानुसार महाराष्ट्र राज्याचा देशातील एकूण औद्योगिक क्षेत्रातील वाटा १२.३% इतका होता. (२००९-१०) एकूण औद्योगिक उत्पादन मूल्यात महाराष्ट्राचा वाटा १६.८% इतका होता. देशातील एकूण रोजगारात महाराष्ट्राचा वाटा ११.६% इतका होता.

५) विदेशी प्रत्यक्ष गुंतवणूक (Foreign Direct Investment)

ऑगस्ट १९९१ ते सप्टेंबर २०१० पर्यंत महाराष्ट्रात विदेशी प्रत्यक्ष गुंतवणुकीचे ४२२१ प्रस्ताव प्राप्त झाले. यातून रु. ८४९५८ कोटींची विदेशी गुंतवणूक अपेक्षित होती. अमेरिका व मॉरिशस या दोन देशांनी महाराष्ट्रात एकूण विदेशी प्रत्यक्ष गुंतवणुकीच्या

अनुक्रमे १६% व १४% एवढी सर्वाधिक गुंतवणूक केलेली आहे. तक्ता क्र. ५ वरून असे आढळून येते की माहिती तंत्रज्ञान व वित्तीय सेवा यामध्ये विदेशी प्रत्यक्ष गुंतवणूक जास्त झालेली आहे. महाराष्ट्रात जवळपास सर्व महत्त्वाच्या औद्योगिक उत्पादनांसाठी ही गुंतवणूक झालेली आहे असेही तक्ता क्र. ८ वरून दृष्टोत्पत्तीस येते.

तक्ता क्र. ५

उद्योगगटानुसार महाराष्ट्रात विदेशी प्रत्यक्ष गुंतवणूक

(१९९१ ते २०१०)

	उद्योग गट	प्रस्ताव संख्या	प्रत्यक्ष गुंतवणूक (कोटी रु.)	प्रत्यक्ष गुंतवणूक (%)
१.	माहिती व तंत्रज्ञान	७६२	१२,७६५	१५.०
२.	वित्तीय सेवा	६६७	११८५८	१४.०
३.	हॉटेल व पर्यटन	९५	६३२६	७.५
४.	व्यवसाय व्यवस्थापन (सल्ला सेवा)	३६९	४९६२	५.८
५.	वाहतूक	१०८	४१२४	४.९
६.	सिमेंट / सिरॅमिक	५८	३७२७	४.४
७.	ऊर्जा	३९	२८४१	३.३
८.	रसायने / खते	१९७	२६६६	३.१
९.	इलेक्ट्रीकल्स / इलेक्ट्रॉनिक्स	२१२	१४६७	१.७
१०.	कागद	३१	१३२३	१.६
११.	सुती कापड	१२२	१०५१	१.२
१२.	अन्न प्रक्रिया	१७३	१०३९	१.२
१३.	औषधे	१२१	१०१२	१.२
१४.	वाहन	११२	८९५	१.१

	उद्योग गट	प्रस्ताव संख्या	प्रत्यक्ष गुंतवणूक (कोटी रु.)	प्रत्यक्ष गुंतवणूक (%)
१५.	औद्योगिक यंत्रसामग्री	२६१	७७१	०.९
१६.	प्लॅस्टिक / रबर	२७	७६७	०.९
१७.	उपकरणे	८९	७१७	०.८
१८.	इतर	७७८	२६६४७	३१.४
	एकूण	**४२२१**	**८४९५८**	**१००.०**

संदर्भ : *महाराष्ट्राचे आर्थिक सर्वेक्षण, महाराष्ट्र सरकार पृ. ११५*

६) माहिती तंत्रज्ञान क्षेत्र (आय.टी. पार्क)

महाराष्ट्र औद्योगिक विकास महामंडळ (M.I.D.C.) आणि सिडको यांनी महाराष्ट्रात ३७ सार्वजनिक माहिती तंत्रज्ञान क्षेत्रे (I.T.Parks) विकसित केली आहेत. ४०७ मंजूर खाजगी क्षेत्रांपैकी १०७ क्षेत्रे सुरू झालेली आहेत. यात २१०७ कोटी रु. ची गुंतवणूक झालेली असून २.३ लाख इतका रोजगार निर्माण झालेला आहे. ही माहिती तंत्रज्ञान क्षेत्रे प्रामुख्याने मुंबई, पुणे व ठाणे या शहरात केंद्रित झालेली आहेत. महाराष्ट्राच्या अन्य शहरांतही आय.टी. पार्कस् विकसित करण्याचा प्रयत्न शासनातर्फे चालू आहे.

७) संस्थात्मक सुविधा

औद्योगिक विकासासाठी पायाभूत सुविधा निर्माण करण्यासाठी महाराष्ट्र शासनाने महाराष्ट्र औद्योगिक विकास महामंडळ (M.I.D.C.) ची स्थापना केली आहे. रस्ते, वीज, पाणी इ. सुविधा एम.आय.डी.सी. ने विकसित केलेल्या औद्योगिक वसाहतीत उपलब्ध करून दिल्या जातात. महाराष्ट्राच्या सात महसूल विभागां (मुंबई, कोकण, नाशिक, पुणे, औरंगाबाद, अमरावती, नागपूर) मधील एम.आय.डी.सी. च्या औद्योगिक वसाहतीत २०११ मध्ये २६८७ एवढे कारखाने कार्यरत होते. यात रु. ७३,९३१ कोटींची गुंतवणूक झालेली आहे, तसेच एकूण रोजगार ९ लाख इतका निर्माण झालेला आहे. (संदर्भ : एम. आय. डी. सी. २०११) तसेच कच्च्या मालाचे विपणन आणि विपणन सेवा इ. साठी महाराष्ट्र लघु उद्योग विकास महामंडळ कार्य करते.

८.२ सहकारी चळवळ : प्रगती, समस्या व भवितव्य

(Co-operative Movement : Progress, Problems and Prospectus)

सर्वांच्या हितासाठी एकत्रितपणे काम करणे, परस्पर सहकार्य करणे, परस्परांच्या कामात मदत करणे हा मानवाचा नैसर्गित स्वभावधर्म आहे. एखादे कार्य एकट्याने करण्यापेक्षा इतरांची मदत घेऊन केल्यास. कमी वेळामध्ये अधिक चांगल्या प्रकारे ते पुर्ण होऊ शकते याची मानवाला उपजत जाणीव आहे. या जाणीवेतुनच 'सहकार' शब्दाचा उगम झाला. सहकार म्हणजे परस्पर सहकार्य, सर्वांच्या हितासाठी एकत्रितपणे काम करणे. मानवी सहजीवनाच्या कल्पनेतली सहकारी ही प्रगत अवस्था आहे. ज्यामध्ये मानवास सामाजिक, आर्थिक किंवा सांस्कृतिक विकासाठी एकत्र येऊन काम करण्याची प्रबळ इच्छा निर्माण होते. मनुष्य हा समाजप्रिय प्राणी आहे आणि त्यामुळे सहकार ह्या समाजाचा स्थायीभाव आहे. सहकारी चळवळ म्हणजे एखाद्या समान, सामाजिक, आर्थिक किंवा राजकीय प्रश्नासाठी एकत्र येऊन लढणे.

आधुनिक काळात सहकारी चळवळ ही मुख्यत: आर्थिक प्रश्नांशी निगडीत राहिली आहे. इंग्लंडमधील औद्योगिक क्रांतीतून आधुनिक सहकारी चळवळ सुरू झाली असे म्हणता येईल. त्यानंतर संपूर्ण जगात सहकारी चळवळीचे दाखले देता येतील. भारताचा विचार केला तर, स्वातंत्र्यप्राप्तीनंतर भारतामध्ये सहकारी विचारांची मुळे रोवली गेली. पण त्यापूर्वीसुद्धा १९०४ साली सहकारी कायदा मंजुर झाला. या कायद्यान्वये भारतात सहकारी तत्त्वावर संस्था उभ्या करण्याची परवानगी मिळू लागली. त्यानंतर लगेचच बडोदा येथे 'अन्योन्य सहकारी बँक' स्थापन झाली. सध्या सहकारी चळवळ अनेक क्षेत्रात, अनेक उद्योगात फोफावलेली दिसते. तसे त्याचे स्वरूप पूर्वी नव्हते. १९०४ च्या सहकारी कायद्यामध्ये बदल होऊन १९१२ मध्ये केवळ आर्थिक व्यवहार न करणाऱ्या संस्थांनाही परवानगी मिळू लागली. या कायद्यामुळे सहकारी संस्था झपाट्याने अस्तित्वात आल्या. १९१९ साली मुंबई सरकारने या संदर्भात कायदा केला. नंतर त्याचे अनुकरण प. बंगाल, मद्रास, बिहार व ओरिसा या सरकारांनी केले. १९१९ ते १९२९ हा काळ संख्यात्मक वाढीचा होता. सहकारी संस्था १९२९ नंतर बंद पडण्याच्या मार्गावर होत्या. भीषण आर्थिक स्थिती, महायुद्ध, जागतिक मंदी ही सहकारी संस्था कोलमडण्याची प्रमुख करणे आहेत.

१९३५ ला भारतीय रिझर्व बँक अस्तित्वात आली आणि त्यामधील सहकारी खात्याने सहकारी संस्थांना अग्रक्रम देण्याची सुचना केली. १९३९ ते १९४७ मध्ये अनेक सहकारी संस्था अस्तित्वात आल्या. ज्यामध्ये 'गुजरात सहकारी दुध महासंघाचे 'अमुल' (आनंद मिल्क युनियन) चेही नाव घ्यावे लागेल.'

सहकारी चळवळीच्या बाबतीत महाराष्ट्र कायमच अग्रेसर राहिला आहे. महाराष्ट्रातच सर्वप्रथम १९४८ साली पायाभरणी होऊन १९५१ साली आशिया खंडातील 'प्रवरानगर सहकारी साखर कारखाना'हा पहिला साखर कारखाना चालू झाला. पद्मजी विठ्ठलराव विखे - पाटील यांचा त्यात सिंहाचा वाटा होता. खेळते भांडवल, ठेवी, स्वमालकीचा पैसा, भाग भांडवल, सभासदत्व व (सहकारी) संस्थांची संख्या या सर्वच बाबतीत महाराष्ट्राचा क्रमांक पहिला आहे. १९८४ मध्ये महाराष्ट्रात कृषिसंबंधित अशा विविध उपक्रमात गुंतलेल्या ७१००० हून अधिक संस्था होत्या. त्यामध्ये, वितरण, साखर उद्योग, भाताच्या गिरण्या, कृषि उत्पादनावर प्रक्रिया करणारी केंद्रे, सुतकताईच्या गिरण्या इत्यादींचा समावेश होता. सहकारी संस्थामधील स्वायत्तता हा विशेष गुण महाराष्ट्रात दिसून येतो. महाराष्ट्र राज्य सहकारी पतपेढी ही फार मोठी संस्था असून प्रक्रियात्मक उद्योगांना विशेषत: साखर उद्योगांना प्रगती करण्यास त्या संस्थेनी मोठ्या प्रमाणावर प्रोत्साहन दिले आहे. १९८२ ते ८३ मध्ये ६१२ कोटी रुपयांच्या एकूण अंदाज पत्रकापैकी २६७ कोटी रुपये साखर कारखान्यांना, १८२ कोटी रुपये तालुका पतपेढ्यांना व ८८ कोटी रुपये विक्री संस्थांना दिले आहेत.

महाराष्ट्रात सहकार शिक्षणाचाही चांगला विकास झाला आहे. राज्य सहकारी संघटनेने या बाबतीत कार्यक्षम भूमिका बजावली आहे. पुण्यातील वैकुंठ मेहता सहकारी व्यवस्थापन संस्था ही देशातील सहकारी व्यवस्थापन शिक्षण देणारी सर्वोच्च संस्था आहे.

गेल्या काही वर्षांमध्ये सहकारी क्षेत्र अनेक समस्यांना तोंड देत आहे. सदोष चळवळ, खेडेगाव व जिल्हा पातळीवरील नियोजनाचा अभाव, कमी मुदतीच्या अर्थव्यवहारांची कमतरता, अशा काही समस्या अधोरेखित करता येतील. यावर उपाययोजना तयार करून त्या अमलांत आणण्यावर सरकारने भर देणे अपेक्षित आहे. या दृष्टीने सरकारने एक पाऊल पुढे टाकल्याचे दिसून येत आहे. २०१२ हे 'आंतरराष्ट्रीय सहकार वर्ष म्हणून साजरे करण्यात येत आहे. यानिमित्ताने महाराष्ट्र सहकारी संस्था आधिनियम, १९६० मध्ये कोणकोणते व कसे बदल करणे अपेक्षित आहे, याचा अभ्यास करून मसुदा राज्य शासनाकडे सादर करण्यासाठी शासनाने ५ जून २०१२च्या शासन निर्णयाद्वारे सहकार आयुक्त व निबंधक, सहकारी संस्था यांचे अध्यक्षतेखाली नियुक्त केलेल्या तज्ज्ञांच्या समितीचे काम सध्या प्रगतीपथावर आहे. या कायद्यातील बदलाने महाराष्ट्रातील सहकारी चळवळीला एक नवी दिशा मिळून गुणात्मक व लोकाभिमुख स्वरूपाचा विकास होण्याला मदत मिळणार आहे. महाराष्ट्रातील सहकारी संस्थांचा विकास हा संपूर्ण भारताच्या प्रगतीसाठी आवश्यक घटक आहे.

तक्ता क्र. ९
महाराष्ट्रातील सहकारी संस्था

	तपशील	३१ मार्च २०१०	३१ मार्च २०११ (रु. कोटी)
१)	सहकारी संस्था	२,१८,३२०	२,२४,३०६
२)	सभासद (लाख)	५४२	५६०
३)	वसूल भाग भांडवल	१५,०१२	१५,५०५
४)	राज्य सरकारचा भांडवलातील हिस्सा	२०३७	२१९७
५)	खेळते भांडवल	२,४६,१६२	२,४८,३४१
६)	ठेवी	१,२८,५७९	१,३६,६९६
७)	एकूण कर्ज	८१,६८०	९५,४८४
८)	तोट्यातील सहकारी संस्था	६०,२१५	६१,०३८
९)	एकूण तोटा (रु.)	३,८६७	३,८२०
१०)	थकबाकी	१,१२,९६८	१,१७,२०६

संदर्भ : *इकानॉमिक सर्व्हे ऑफ महाराष्ट्र २०११-१२ पृ. १२४*

तक्ता क्र. ९ मध्ये महाराष्ट्रातील सर्व प्रकारच्या सहकारी संस्थांची सांख्यिकीय माहिती दिलेली आहे. १९६०-६१ ते २०११-१२ पर्यंत महाराष्ट्रातील सर्व प्रकारच्या (कृषी व बिगरकृषी) सहकारी संस्थांची वाढ झाल्याचे दिसून येते.

नियोजनकाळात विशेषत: महाराष्ट्र राज्याची स्थापना १९६० मध्ये झाल्यानंतर सहकार क्षेत्रात महाराष्ट्राने केलेली कामगिरी महत्त्वपूर्ण आहे. महाराष्ट्रातील सहकारी चळवळीचे अनेक प्रत्यक्ष व अप्रत्यक्ष लाभ महाराष्ट्राला झालेले आहेत. ते पुढीलप्रमाणे :

अ) आर्थिक लाभ

१) शेतकऱ्यांना कमी व्याजाने कर्जपुरवठा झाला.

२) सहकारी संस्थांनी उत्पादक कामासाठी कर्ज दिली.

३) सहकारी खरेदी-विक्री संस्थांमुळे शेतकऱ्यांना शेतमालाची उचित किंमत मिळू लागली.

४) बचतीत वाढ झाली.

५) सहकारी सूत गिरण्या, प्रक्रिया संस्था, साखर कारखाने इ. मुळे उद्योजकतेला चालना मिळाली, रोजगार वाढला.

६) आधुनिक शेती अवजारे, बी बियाणे, पाणीपुरवठा योजना इ. ना उत्तेजन मिळाले.

७) जलसिंचन, अन्नधान्य, फळे, दूध, मासे,वाहतूक, मुद्रण, कुक्कुटपालन, घरबांधणी, जीवनावश्यक वस्तू इ. बिगर कृषी सहकारी संस्था स्थापन झाल्या. आर्थिक दृष्ट्या दुर्बल घटकांचा लाभ झाला.

ब) सामाजिक लाभ

१) समाजातील विविध घटकांत एकात्मता, बंधुभाव व सहकार्य वाढले.

२) सहकारामुळे जबाबदारीच्या जाणिवेत वाढ झाली.

३) आर्थिक व सामाजिक बदल घडून आले.

क) शैक्षणिक लाभ

१) सहकाराची तंत्रे, कौशल्ये, हिशोब इ. चे शिक्षण मिळाले.

२) लोकशाही तत्त्वांची जोपासना सहकारामुळे झाली.

३) ग्रामीण भागात नवीन नेतृत्व निर्माण झाले.

जागतिक स्पर्धेच्या युगात सहकारी संस्थांचे भवितव्य :

सहकारी चळवळीत अनेक दोष असले तरी भारतात सहकारी चळवळीची स्थापना होऊन आज १०८ वर्षे झालेली आहेत. महाराष्ट्राने सहकार क्षेत्रात विशेष कामगिरी केलेली आहे. (तक्ता क्र. १ पाहा.) सहकारी चळवळीतील दोष दूर झाल्यास आर्थिक व सामाजिक विकासाचे सहकार हे प्रभावी माध्यम ठरू शकते. महाराष्ट्रातील सहकारी साखर कारखान्यांनी देशाच्या एकूण साखर उत्पादनात सर्वाधिक भर घातलेली आहे. २०११-१२ मध्ये महाराष्ट्रात एकूण २०२ सहकारी साखर कारखाने होते.

१९९१ मध्ये भारताने नवीन आर्थिक धोरणाचा स्वीकार केला. उदारीकरण, खाजगीकरण आणि जागतिकीकरणाचे तत्त्व भारताने स्वीकारले. खुल्या अर्थव्यवस्थेमुळे सहकारी चळवळीसमोरही अनेक आव्हाने आहेत. उदा. स्पर्धा, गुणवत्ता, कार्यक्षम व्यवस्थापन, खर्चाचे व्यवस्थापन इ. आजच्या स्पर्धात्मक परिस्थितीत टिकून राहण्यासाठी सहकारी संस्थांना, कार्यक्षमता, उत्पादकता व नफा या दृष्टिने विचार करावा लागेल.

१९६० च्या सहकारी कायद्यात महाराष्ट्र सरकारने सुधारणा केलेल्या आहेत. यामुळे या संस्था स्पर्धात्मक आणि आर्थिक दृष्ट्या किफायशीर होतील असा प्रयत्न केला जाणे आवश्यक आहे. सहकार ही एक जीवनपद्धती आहे. डेन्मार्कसारख्या देशांनी कृषी सहकाराच्या बाबतीत नेत्रदीपक कार्य केलेले आहे. स्वार्थी व हितसंबंधी गटाचे उच्चाटन, थकबाकीचे कमी प्रमाण, प्रशिक्षित नोकरवर्ग, उत्पादन व कार्यक्षमतेत वाढ इ. चा अवलंब झाल्यास सहकारी चळवळ यशस्वी होऊ शकते.

महाराष्ट्रातील सहकारी संस्थांच्या समस्या :

१) **आर्थिक दृष्ट्या दुर्बल संस्था :** बचतीचे कमी प्रमाण, अयोग्य गुंतवणूक, थकबाकीचे वाढत जाणारे प्रमाण, चुकीचे व्यवहार यामुळे अनेक सहकारी संस्था या आर्थिक दृष्ट्या अक्षम (non-viable) झालेल्या आहेत.

२) **बचतीचे कमी प्रमाण :** बचतीला प्रोत्साहन देणे हे सहकारी संस्थेचे महत्त्वाचे तत्त्व असते. परंतु आर्थिक गैरव्यवहारामुळे सहकारी संस्था लोकांच्या बचती आकर्षित करू शकलेल्या नाहीत.

३) **थकबाकी :** वाढत जाणारी थकबाकी हा सहकारी संस्थांचा प्रमुख दोष आहे. थकबाकी चे प्रमाण वाढल्यास सहकारी संस्था आर्थिकदृष्ट्या कमकुवत होतात. महाराष्ट्रातील सहकारी संस्थांच्या एकूण थकबाकीचे प्रमाण २०११-१२ मध्ये रु. ११७२०६ कोटी रु. इतके होते.

४) **तोट्यातील सहकारी संस्था :** महाराष्ट्रातील एकूण सहकारी संस्थांपैकी ६१०३८ एवढ्या सहकारी संस्था तोट्यात होत्या. हे प्रमाण एकूण सहकारी संस्थांच्या २७% इतके आहे.

५) **हितसंबंधी गटांचा प्रभाव :** सहकारी संस्थांवर आर्थिक व सामाजिक दृष्ट्या प्रबळ व संपन्न गटाचे वर्चस्व दिसून येते. त्यामुळे अशा गटांकडून हितसंबंध जपण्यासाठी सहकारी संस्थांचा गैरवापर होतो व सहकारी चळवळीची हानी होते.

६) **अकुशल व्यवस्थापन :** सहकारी संस्थांमध्ये प्रशिक्षित व तज्ज्ञ व्यवस्थापन नसल्यामुळे अकार्यक्षमता वाढीस लागलेली दिसून येते.

७) **नवीन परिस्थितीशी जुळवणूक नाही :** नवीन तंत्रज्ञान, नवीन व्यवस्थापन इ. शी सहकारी संस्थांची जुळवणूक न झाल्याने सहकारी संस्थांचे कामकाज व प्रशासकीय व आर्थिक व्यवस्थापन जुनाट, मागासलेले आहेत.

८.३ महाराष्ट्राच्या आर्थिक विकासात सहकाराची भूमिका (Role of Co-operative in Economic Development of Maharashtra) :

महाराष्ट्र राज्यात सहकाराचा अनेक क्षेत्रांत विकास झाला आहे. प्राथमिक कृषी पत सहकारी संस्था, बिगर कृषी सहकारी पतसंस्था, कृषी सहकारी प्रक्रिया संस्था (उदा. सहकारी साखर कारखाने) दुग्ध व्यवसाय, मच्छिमारी, बँकिंग, खरेदी-विक्री सहकारी संस्था, गृहबांधणी इ. सर्व क्षेत्रांत सहकारी चळवळीचा विकास झालेला आहे.

१) संख्यात्मक विकास : महाराष्ट्रात सर्व प्रकारच्या सहकारी संस्थांची संख्या १९६०-६१ मध्ये ३१५६५ इतकी होती. २०१०-११ मध्ये यात २२४३०६ इतकी वाढ झाली.

२) सभासद संख्या : महाराष्ट्रातील सर्व प्रकारच्या सहकारी संस्थांमधील एकूण सभासद संख्या : १९६०-६१ मध्ये ४१९१ इतकी होती. २०१०-११ मध्ये त्यात ५६०३५ इतकी वाढ झालेली आहे.

३) खेळते भांडवल : सर्व प्रकारच्या सहकारी संस्थांचे खेळते भांडवल १९६०-६१ मध्ये रु. २९१ कोटी इतके होते. २०१०-११ ला ते रु. २,४८,३४१ कोटी इतकी झाले.

४) कर्जे : महाराष्ट्रातील सर्व सहकारी संस्थांनी १९६०-६१ मध्ये रु. २७० कोटीची कर्जे दिली. २०१०-११ मध्ये हे प्रमाण रु. ९५,४८४ कोटी इतके वाढले.

५) प्रक्रिया उद्योगाचा वाटा : सहकारी साखर कारखान्यांचा प्रक्रिया उद्योगात मोठा वाटा आहे. महाराष्ट्रातील एकूण १९६ साखर कारखान्यांपैकी १७६ कारखाने सहकारी क्षेत्रात आहेत. त्यांच्यापासून १० लाख व्यक्तिंना प्रत्यक्ष, अप्रत्यक्ष रोजगार मिळतो. देशातील एक तृतीयांश साखरेचे उत्पादन या कारखान्यांमधून होते. तसेच महाराष्ट्र राज्याला मोठ्या प्रमाणात कर रूपाने महसूल मिळतो.

६) ग्रामीण क्षेत्राचा विकास : प्राथमिक सहकारी पतसंस्था, खरेदी-विक्री सहकारी संस्था इ. मुळे ग्रामीण भागातील शेतकऱ्यांना कर्जे उपलब्ध होऊ शकली. कृषी क्षेत्रातील उत्पादनाला त्यामुळे चालना मिळाली.

वरीलप्रमाणे महाराष्ट्राच्या आर्थिक विकासात सहकाराने महत्त्वपूर्ण भूमिका बजावली आहे.

८.४ महाराष्ट्रातील प्रादेशिक असमतोल – कारणे व प्रतिबंधात्मक उपाययोजना (Regional Imbalance Causes and Preventive Measures) :

या पूर्वी उल्लेख केल्याप्रमाणे महाराष्ट्राचे विदर्भ, मराठवाडा व उर्वरित महाराष्ट्र या विभागांच्या आर्थिक विकास व वृद्धीचा विचार केल्यास असे आढळून येते की उर्वरित महाराष्ट्रापेक्षा विदर्भ व मराठवाडा विभागाचा आर्थिक विकास कमी प्रमाणात झालेला आहे. विभागीय असमतोल किंवा विषमता निर्माण झाल्यास राज्याच्या प्रगतीवर त्याचा अनिष्ट परिणाम होतो.

महाराष्ट्र सरकारने १९८३ मध्ये अर्थतज्ज्ञ वि. म. दांडेकर यांच्या अध्यक्षतेखाली प्रादेशिक असमतोलाचा अभ्यास करण्यासाठी 'सत्य शोधन समिती' नेमली. समितीने १९८४ मध्ये अहवाल दिला. अविकसित भागांचा अनुशेष भरून काढण्यासाठी शिफारशी केल्या. १९९२ मध्ये महाराष्ट्र राज्याच्या राज्य नियोजन मंडळाने 'बी. ए. कुलकर्णी' यांच्या अध्यक्षतेखाली 'महाराष्ट्र राज्यातील मागासलेले जिल्हे' या संदर्भात अभ्यास करण्यासाठी एक समिती नेमली. या समितीच्या मते, राज्यातील ३५ पैकी १७ जिल्हे मागासलेले आहेत. मराठवाड्यातील ६, विदर्भातील ८ आणि ३ जिल्हे उर्वरित महाराष्ट्रातील आहेत.

महाराष्ट्रातील विभागीय असमतोलाची कारणे :

१) निधीचे असमान वाटप : वित्तीय वर्षात जेवढा सरकारी निधी जिल्ह्यात खर्च व्हायला हवा त्यापेक्षा तो कमी प्रमाणात खर्च झाल्यास खर्चाचा अनुशेष निर्माण होतो. अनेकदा एका विभागाचा निधी अन्य विभागाकडे वळविल्यासही अनुशेष निर्माण होतो. दांडेकर समितीच्या मते विदर्भात १९८३-८४ च्या किमतीनुसार एकूण अनुशेष रु. १२४६.५५ कोटी तर मराठवाड्याचा रु. ७५०.८५ कोटी होता. अनुशेष भरून न काढल्याने तो वाढत गेला आहे.

२) कमी औद्योगिक विकास : ऊर्जा, पाणी, रस्ते, घरे, शिक्षण, आरोग्य इ. पायाभूत सुविधांचा विकास उर्वरित महाराष्ट्रात झाला, तसा मराठवाडा, विदर्भ या प्रदेशांत झाला नाही. परिणामी औद्योगिक विकासही होऊ शकला नाही. उर्वरित महाराष्ट्रात ७६% उद्योग तर विदर्भ व मराठवाड्यात अनुक्रमे ७.७% व १५.४% उद्योग स्थापन झाले. त्यामुळे रोजगाराच्या संधीही विदर्भ व मराठवाड्यात कमी झाल्या.

३) दरडोई जिल्हा उत्पादनाचे कमी प्रमाण : तक्ता क्र. १० मध्ये दिल्याप्रमाणे असे आढळून येते की दरडोई जिल्हा उत्पन्न प्रमाण उर्वरित महाराष्ट्रापेक्षा विदर्भातील

नागपूर व मराठवाड्यातील औरंगाबाद वगळता अन्य जिल्ह्यांत कमी आहे.

४) मानव विकास निर्देशांक : साक्षरता, आरोग्य, शिक्षण व दरडोई जिल्हा उत्पन्न याचा विचार करता विदर्भ व मराठवाड्यातील जिल्ह्यांचा मानव विकास निर्देशांक राज्य निर्देशांकापेक्षा (औरंगाबाद व नागपूर वगळून) कमी आहे. निर्देशांकाचे जे निकष असतात त्यांचा विकास न झाल्यामुळे एकूण मानव विकास निर्देशांकही कमी आहे.

उपाययोजना :

१) अर्थतज्ज्ञ डॉ. र. पु. कुरुलकर यांनी सुचविल्याप्रमाणे (JISPE, Jan., Dec. 2009) महाराष्ट्रातील जिल्ह्यांची वर्गवारी विकसित व अविकसित अशी करण्यात यावी. अविकसित जिल्ह्यांना अधिक निधी उपलब्ध करून दिल्याशिवाय त्यांचा विकास होणार नाही.

२) १९९४ मध्ये विदर्भ, मराठवाडा व उर्वरित महाराष्ट्र यांच्यासाठी विभागीय विकास मंडळाची स्थापना करण्यात आली. सर्व विभागांवर निधीचे समन्यायी वाटप व सर्वांगीण विकास याची जबाबदारी या मंडळांना देण्यात आली आहे.

३) दारिद्रय निर्मूलन करणे : केंद्रशासन पुरस्कृत व राज्य शासनाने अंमलबजावणी करावयाच्या अनेक योजना (उदा. मनरेगा) जर प्रभावीपणे अमलात आणल्या तर विभागीय असमतोल दूर होण्यास मदत होऊ शकेल.

४) अनुशेष दूर करणे : शिक्षण, आरोग्य, ऊर्जा, रस्ते, सिंचन इ. बाबतचा अनुशेष मागासलेल्या जिल्ह्यांत अधिक आहे. हा अनुशेष क्रमाक्रमाने दूर होणे यासाठी निधी उपलब्ध करून देणे आवश्यक आहे.

५) औद्योगिक विकास : अविकसित भागाचा औद्योगिक विकास झाल्यास उत्पन्न, उत्पादन, रोजगार यात वाढ होऊ शकेल. स्थानिक मनुष्यबळ व स्थानिक साधनसामग्रीचा वापर करून मध्यम, लघु, लघुतम, कुटीरोद्योग, ग्रामोद्योग इ.ना चालना देण्यासाठी प्रयत्न करण्याची गरज आहे.

तक्ता क्र. १०

महाराष्ट्रातील मानव विकास निर्देशांक

जिल्हा	मानव विकास निर्देशांक	क्रमांक	दरडोई जिल्हा उत्पादन	क्रमांक
मुंबई	१.००	२	४५,४७१/-	१
मुंबई (उपनगर)	१.००	१	४५,४७१/-	२
ठाणे	०.८२	३	३३,२००/-	३
रायगड	०.७०	६	३०,३६४/-	४
रत्नागिरी	०.४४	२२	१४,३५४/-	२५
सिंधुदुर्ग	०.६०	९	२०,०१६/-	१०
नाशिक	०.५१	१३	२०,६३६/-	८
धुळे	०.३६	३०	११,७८९/-	३४
नंदुरबार	०.२८	३२	११,७८९/-	३५
जळगाव	०.५०	१४	१६,४४९/-	१७
अहमदनगर	०.५७	११	१५,२५१/-	२२
पुणे	०.७६	४	२८,०००/-	६
सातारा	०.५९	१०	१५,५६३/-	२०
सांगली	०.६८	७	२०,४११/-	९
सोलापूर	०.४८	१७	१८.०९७/-	१३
कोल्हापूर	०.६४	८	२०,९२५/-	७
औरंगाबाद	०.५७	१२	१९,३६५/-	११
जालना	०.२७	३३	१२,०४७/-	३३
परभणी	०.४३	२४	१३,८२७/-	२६
हिंगोली	०.४३	२५	१३,८२७/-	२७

जिल्हा	मानव विकास निर्देशांक	क्रमांक	दरडोई जिल्हा उत्पादन	क्रमांक
बीड	०.४७	१८	१५,३०३/-	२१
नांदेड	०.३७	२९	१३,०६८/-	३१
उस्मानाबाद	०.३८	२८	१२,९०५/-	३२
लातूर	०.४७	१९	१३,६७७/-	२९
बुलढाणा	०.४१	२७	१३,८२३/-	२८
अकोला	०.४४	२३	१६,०६९/-	१८
वाशिम	०.३६	३१	१६,०६९/-	१९
अमरावती	०.५०	१५	१७,१६८/-	१४
यवतमाळ	०.२२	३४	१३,३८२/-	३०
वर्धा	०.४९	१६	१६,९५२/-	१६
नागपूर	०.७१	५	२८,८७८/-	५
भंडारा	०.४६	२०	१४,४६७/-	२३
गोंदिया	०.४६	२१	१४,४६७/-	२४
चंद्रपूर	०.४१	२६	१९,३२५/-	१२
गडचिरोली	०.२१	३५	१७,१४०/-	५
महाराष्ट्र	०.५८	-	२२,७६३/-	-

संदर्भ : एच. डी. आर. गव्हर्नमेंट ऑफ महाराष्ट्र २००२

८.५ पाणी व्यवस्थापन : संकल्पना व उपयोगिता (Water Management Concept and Utility) :

जागतिक बँकेच्या व्याख्येनुसार भूपृष्ठावरील आणि भूगर्भातील जलस्रोतांचा मानवी व नैसर्गिक गरजा भागविण्यासाठी पर्याप्त उपयोग करणे म्हणजे पाणी व्यवस्थापन होय. यात पाण्याचे संकलन, संवर्धन, वितरण, वापर यांचे नियोजन आणि व्यवस्थापन

करणे याचा समावेश होतो.

माणसाच्या सामाजिक, आर्थिक विकासासाठी व पर्यावरणीय समतोल राखण्यासाठी पाणी हे अत्यंत आवश्यक आहे. जागतिक बँकेच्या मते जलस्रोतांचे व्यवस्थापन ही वृद्धी, दारिद्र्यनिवारण आणि समानता यासाठी आवश्यक बाब आहे. पाण्याची उपलब्धता व सोय हा गरीब व्यक्तीच्या दैनंदिन जीवनाशी निगडित अविभाज्य आहे. अर्थात पाणी हे सर्वांसाठी जीवनावश्यक आहे. भारतात अद्यापही पिण्याचे पाणी मिळविण्यासाठी अनेक गावांमध्ये २-३ कि.मी. ची पायपीट दररोज करावी लागते. कृषी, उद्योग, ऊर्जा निर्मिती यासाठी पाणी आवश्यक असते. उपलब्ध पाण्याचे स्रोत कमी होत आहेत, तर दुसऱ्या बाजूला शहरीकरण व आर्थिक विकासासाठी पाण्याची गरज वाढत आहे. यामुळे पाणी व्यवस्थापनास अलीकडच्या काळात महत्त्व प्राप्त झाले आहे.

पाणी अडविणे, जिरवणे, बंधारे, पाणलोट क्षेत्राचा विकास करणे, वृक्षसंवर्धन, जलसंरक्षण, जल वितरण, जल साक्षरता इ. चा पाण्याच्या व्यवस्थापनात समावेश होतो. महाराष्ट्र शासन वरील सर्व घटकांना चालना, उत्तेजन व अनुदाने देते. भविष्यकाळात पाण्याचा प्रश्न अधिक तीव्र होणार असल्याने पाणी व्यवस्थापनाचे महत्त्व विशेषत्वाने वाढलेले आहे.

स्वाध्याय

लघुत्तरी प्रश्न

१) महाराष्ट्राच्या नैसर्गिक साधनसंपत्तीची वैशिष्ट्ये लिहा.

२) महाराष्ट्राच्या पायाभूत सुविधांची प्रमुख वैशिष्ट्ये कोणती ?

३) महाराष्ट्रातील प्रादेशिक असमतोलाची कारणे कोणती ?

४) महाराष्ट्रातील प्रादेशिक असमतोलाविरुद्ध प्रतिबंधात्मक उपाययोजना कोणत्या ?

दीर्घोत्तरी प्रश्न

१) महाराष्ट्रातील सहकारी चळवळीचा आढावा घ्या.

२) महाराष्ट्रातील सहकारी चळवळीच्या समस्या स्पष्ट करा.

३) पाणलोट क्षेत्र विकास संकल्पना स्पष्ट करा.

पारिभाषिक शब्दसूची
(Glossary)

Absolute poverty - निरपेक्ष दारिद्र्य

Agricultural marketing - कृषी पणन

Agricultural productivity - कृषी उत्पादकता

Demographic transition - लोकसंख्या संक्रमण

Density - घनता

Globalization - जागतिकीकरण

Green revolution - हरित क्रांती

Human resource development - मानव संसाधन विकास

Industrial dispute - औद्योगिक कलह

Industrialization - औद्योगिकीकरण

Knowledge based industry - ज्ञानाधिष्ठित उद्योग

Liberalization - उदारीकरण, शिथिलीकरण

Occupational distribution - व्यवसाय निहाय विभाजन

Per capita income - दरडोई उत्पन्न

Privatization - खाजगीकरण

Quality of population - लोकसंख्येची गुणवत्ता

Relative poverty - सापेक्ष दारिद्र्य

Social security - सामाजिक सुरक्षितता

Water management - पाणी व्यवस्थापन

संदर्भसूची

Alagh Y. K. (Kd.) : Globalisation and Agricultural Crises In India, Deep & Deep Publications.

Datta Gourav & Mahajan Ashwani : Indian Economy, S. Chand Pub.

Deogirikar A. B. (Ed.) : W. T. O. and Indian Economy Shreeniwas Publications.

Jalal R. S. & Bisht N. S. (Ed.) : Emerging Diamensions of Global Trade : Discussions on Trade, Related Issues, Sarup & Sons Pub.

Memomoria C. B. : Agricultural Problems of India, Kitab Mahal Pub.

Misra S. N. : Poverty & Its Alleviation, Deep & Deep Pub.

Misra S. K. & Puri V. K. Indian Economy, Himalaya Publishing House.

Sen A. K. (Ed.): Economic Reforms and Development, Deep & Deep Pub.

कुलकर्णी एस. व श्रीवास्तव सतीश, लोकसंख्या शास्त्र व लोकसंख्या शिक्षण, विद्या प्रकाशन, पुणे

www.investopedia.com

www.rbi.org.in

hdr.undp.org

www.undp.org

www.nabard.org

www.wto.org

Census of India

Data & Statistics Planning Commission, Govt. of India.

D. E. & S., Ministry of Agriculture, Govt. of India.

Statistical Outline of India, Tata Services Limited.

Economic Survey of Maharashtra-2011-12, D. E. & S.

Planning Dept. Govt. of Maharashtra.